कादंबरी आकृतिबंध आणि भारत सासणे

'दिलीपराज प्रकाशन प्रा. लि.'च्या नवीन पुस्तकांची यादी व माहिती हवी असल्यास आपला पत्ता, दूरध्वनी क्रमांक किंवा Email आमच्या diliprajprakashan@yahoo.in या Email address वर पाठवावा किंवा आमच्याशी दूरध्वनी क्रमांक फॅक्ससहित : ०२०-२४४८३९९५ / २४४९५३१४ / २४४७१७२३ यावर संपर्क साधावा. आमच्या ब्लॉगला एकदा अवश्य भेट द्या.

Blog: http://diliprajprakashan.blogspot.com

कादंबरी आकृतिबंध आणि भारत सासणे

(समीक्षा)

डॉ. रमेश धोंगडे

दिलीपराज प्रकाशन प्रा. लि.

२५१ क, शनिवार पेठ, पुणे - ४११ ०३०

प्रकाशक
राजीव दत्तात्रय बर्वे,
मॅनेजिंग डायरेक्टर,
दिलीपराज प्रकाशन प्रा. लि.,
२५१ क, शनिवार पेठ, पुणे - ४११ ०३०

© डॉ. रमेश धोंगडे
'शरण्य', ४७ स्वेदगंगा सोसायटी,
वारजे, पुणे - ४११ ०५८

प्रथमावृत्ती : २५ एप्रिल २०१२

प्रकाशन क्रमांक : १९५५

ISBN : 978 - 81 - 7294 - 935 - 8

टाईपसेटिंग
पितृछाया मुद्रणालय,
९०९, रविवार पेठ, पुणे - ४११ ००२

मुद्रितशोधन
मिलिंद बोरकर, पुणे.

मुखपृष्ठ
सुहास चांडक

कादंबरी आकृतिबंध आणि भारत सासणे / Kadambari Akrutibandh Aani Bharat Sasane

रवि सेवक तव पवन गातसे वेदरुप नित भजनी ।
ओवाळी आरती चंद्र तुज नक्षत्रांची गगनीं

गोपाळ हायस्कूलमधील देव सरांना - ज्यांनी मला मराठीची गोडी लावली.

लेले बाईंना - ज्यांनी पंडिती काव्याचा खजिना दाखविला.

परांजपे सरांना - ज्यांनी माझे इंग्रजी सुधारले.

डांगे सर, आपटे सर, आगाशे मास्तर, दादा, साठे बाई, भाटे बाई - ज्यांनी शाळा ही माझ्या स्मृतीत चिरंतन केली.

या सर्व वंदनीय गुरुजनांना - फक्त ज्यांनी माझी शाळाच गिळंकृत केली त्यांना सोडून - ही ग्रंथरूप पाकळी अर्पण

- रमेश धोंगडे

प्रस्तावना

श्री. भारत सासणे हे कथाकार म्हणून १९७५ नंतर उदयास आले आणि गेल्या चाळीसएक वर्षांत मराठी कथेत त्यांचे नाव एक उत्तम कथाकार म्हणून स्थिरावले. सातत्याने लिहून प्रस्थापित होणाऱ्यांच्या वर्गात सासणे बसत नाहीत. कलानिर्मितीच्या ऊर्मीतून जेवढे आणि जेव्हा लेखन होईल तेवढे आणि तेव्हा लेखन करण्याचा साहित्यिकाला आवश्यक असणारा पिंड सासण्यांचा आहे.

१९९६ ते २००९ च्या दरम्यान सासण्यांनी पाच कादंबऱ्या लिहिल्या. त्यांना दीर्घकथा म्हणायचे की कादंबरिका की कादंबऱ्या म्हणायचे असा सांकल्पनिक वादाचा प्रश्न निर्माण होऊ शकतो. सासणे लिहित असण्याच्या काळात जी. ए. कुलकर्ण्यांचे नाव मराठीतील नवा पायंडा पाडणारा दमदार कथाकार म्हणून मान्यता पावलेले होते. 'काजळमाये'ने गंगाधर गाडगीळांची नवकथेची पठडी मोडली. पण जी. एं. च्या लेखनाचे यशस्वी अनुकरण झाले नाही. सासण्यांच्या लेखनात जी. एं. च्या प्रभावाच्या खुणा आहेत. पण जी. एं. ना देखील दीर्घकथा लिहिता आली; कादंबरी नाही. आणि जी. एं. च्या कथेचा कस दीर्घकथेत राहिला नाही.

सासणे यांच्या कादंबरी-लेखनावर मी लिहावे असा प्रस्ताव जेव्हा आला तेव्हा माझ्या मनात कथा आणि कादंबरी या दोन आकृतीबंधांचा सर्जनशील कथाकाराच्या बाजूने विचार करावा असे स्पष्ट होते. त्यासाठी मी सासण्यांच्या समग्र कथालेखनाचा विचार केलेला नाही. तसे करणे गरजेचेही नव्हते. एखाद्या कथेचीच कादंबरी करण्याचा प्रयत्न सासण्यांनी केलेला नाही. सासण्यांच्या काही कथांच्या आधारे त्यांच्या कथा या आकृतीबंधाची हाताळणी निरखता आली. त्याचा उपयोग त्यांच्या कादंबऱ्यांच्या विचारात करता आला.

सासण्यांनी अवघ्या पाच कादंबरिका लिहिल्या आहेत. त्या मानाने त्यांचे कथा-लेखन मोठे आहे. सुमारे दहा-अकरा कथासंग्रहात सुमारे शंभर कथा-दीर्घकथा असाव्यात. (सासणे स्वत: कथा-दीर्घकथा हा फरक करतात; प्रस्तुतच्या समीक्षेतील पाच आकृतीबंधांना ते 'कादंबरी' या सदरात ठेवतात.) एखादा सराईत कथाकार जेव्हा कादंबरी या आकृतीबंधाकडे वळतो तेव्हा विषयसूत्र, विस्तार, वर्णन-निवेदन-संवाद आणि जीवनदृष्टी यांच्यात तो बदल किंवा वेगळेपणा कसा व किती आणतो हे मला पाहायचे होते. भाषिक-क्षमतेचा विचार हा केन्द्रस्थानी ठेवून मला ही इतर अंगे तपासायची होती.

सासण्यांनी स्वत:च 'दुश्चिन्ह आणि चाफ्याचे फूल' या आपल्या कादंबरीचे नाट्यरूपांतर केले आहे. त्यामुळे नाटक या आकृतीबंधाचा विचारही मला करता आला. कादंबरीतील वर्णन आणि निवेदन नाटक या दृक्श्राव्य कलाप्रकारात संक्षिप्त व वेगळ्या धाटणीचे होते तर संवाद हा प्रधानस्थानी येतो. पात्राचे दृश्य रूप आणि संवादातून, प्रसंगातून उलगडणारे त्याचे व्यक्तित्व यात सांगड घालावी लागते. कादंबरीत बाह्यांगाच्या वर्णनाला नाटकात फाटा मिळतो तर अंतरंगाच्या वर्णनाला इतर पात्रांच्या प्रतिक्रियातून वाव द्यावा लागतो. कथा, कादंबरी आणि नाटक या तीन आकृतिबंधातून वावरणाऱ्या एकाच लेखकाच्या निर्मिती-क्षमता या विभिन्न व ताकदीच्या असाव्या लागतात. जागतिक साहित्याचा विचार केला तर उत्तम कवी व उत्तम नाटककार, उत्तम कथालेखक व उत्तम कादंबरीकार, उत्तम कादंबरीकार व उत्तम नाटककार आणि उत्तम कथाकार व उत्तम कादंबरीकार अशा दोन्ही भूमिका समान क्षमतेने पेलणारा साहित्यिक क्वचितच सापडतो. एखाद्या उत्तम नाटककाराने कविताही लिहिल्या किंवा एखाद्या उत्तम कवीने नाटकही लिहिले अशा नोंदी आढळतात. पण त्यातला 'ही' हा अजिजीचा असतो. सासण्यांच्या नाट्यलेखनाचा विचार हा दोन आकृतिबंधातील फरकांच्या दृष्टीने मी केलेला आहे.

एखाद्या साहित्यकृतीमधील सर्वसामान्य वाचकाला न जाणवणारा पण त्या साहित्यकृतीच्या अस्तित्वाचे प्रमुख अंग असणारा भाग दाखविणे किंवा सर्वसामान्य वाचकाच्या पचनी सहज पडणार नाही असा त्या साहित्यकृतीमधला अन्वयार्थ किंवा त्यातील जीवनदृष्टी उलगडून दाखविणे किंवा साहित्य परंपरेच्या संदर्भात (मग हा संदर्भ एकाच भाषेतील साहित्यकृतींचा असो की विभिन्न भाषांतील साहित्यकृतींचा असो) एखाद्या साहित्यकृतींचे स्थान नेमकेपणाने सांगणे ही समीक्षकाला मोहात पाडणारी आव्हाने असतात.. प्रस्तुत समीक्षेत सासण्यांच्या

साहित्याच्या अनुषंगाने कथा, कादंबरी व नाटक या तीन आकृतिबंधांच्या संरचनांचा विचार करण्याची संधी मला मिळाली. त्यातून जो सीमित आनंद मला मिळाला त्यासाठी प्रकाशक श्री. राजीव बर्वे आणि कादंबरीकार श्री. भारत सासणे यांचा मी ऋणी आहे.

- रमेश धोंगडे

अनुक्रम

· १ ·

दूर तेथे दूर तेव्हा

·१·

'दूर तेथे दूर तेव्हा' ही २००० साली प्रकाशित झालेली भारत सासणे यांची १२३ पृष्ठांची कादंबरिका.

ही कथा आहे म्हैसमाळ या हिल स्टेशनवरच्या सरकारी टुरिस्ट रेस्ट हाऊसच्या मॅनेजरची, नारायणची. हा भाग सदोदित धुके, पाऊस, थंड वारे, कुंद वातावरण यांनी व्यापलेला. डोंगराप्रमाणेच डोंगराच्या पायथ्याशीही विरळ वस्तीचा, एकाकी, स्तब्ध, निर्जन निसर्गाचे हे गूढ रूप सासणे पुन्हा पुन्हा दाखवितात.

१) 'सतरा' किलोमीटरचा उतार उतरण्यासाठी त्याने मनाची तयारी केली. चला, आता खाली जायचं आहे.

धुक्याचा एक लोट खालून वर उचलला गेला. मधूनच दाट अपारदर्शक पांढरी भिंत. मधूनच झिरझिरीत. मच्छरदाणी जणू. हलत्या चालत्या चित्रांचा देखावा. मधूनच आवाज न करता उतरणारा पाऊस कोसळू लागे. 'सर्वत्र थंड, सर्द, निर्मनुष्य, एकाकी अमानुषता' (पृ. २०)

२) 'संध्याकाळ होत आली असणार. त्यातून आता धुक्याचं अस्तित्व जाणवू लागलं. एका वळणावर मोठ्या खडकातून एक पाण्याची धारा सरळ आपटत रस्त्यावर पडत होती आणि असंख्य पिवळी आणि निळी फुलं, छोटी छोटी. अंधारून तर येऊ लागलं होतंच आणि आता थकवा जाणवू लागला होता. कसलासा अनामिक. नंतर पावसाची पुन्हा सुरुवात झाली. अचानक, अचानकच ढगातून सूर्य दिसला काही क्षण आणि प्रकाशमान सोनं सांडल्यासारखं वाटलं. नारिंगी रंगाची उधळणसुद्धा झाली. पाण्याचे असंख्य थेंब चमकले हिऱ्यांसारखे. नारायण प्रथम स्तिमित झाला आणि नंतर आनंदाने ओथंबला आणि ओरडत धावू लागला. 'अहाऽऽ अहाऽऽ

पहाऽ पहाऽ' लगेच सूर्यकिरण लुप्त झाले, अंधारलं आणि पाऊस थडथडू लागला, थोड्याच अंतरानंतर त्याला चिरपरिचित धुक्याने वेढलं, जणू स्वागत केलं.' (पृ. ३७, ३८)

३) 'बाहेर, हॉलमध्ये दाराच्या चौकटीभोवती दाट धुकं घुटमळू लागलं होतं. घड्याळाचा आवाज होता. एरवी सर्व काही स्तब्ध होतं. जणू एखादं चित्र असावं... खिडकीतून पुन्हा वाकून पाहिलं. पुन्हा ते छत्रीसारखं झाड; धुक्याची चादर, टपटपणारे थेंब, निर्मनुष्य शांतता.' (पृ. ५१)

४) 'पाऊस जलकणांच्या रूपाने हलके हलके उतरत होता. विस्तीर्ण अशा प्रदेशावर, आणि नारायणला जाणवलं, आपल्याशिवाय भोवतालचा कितीतरी प्रदेश निर्मनुष्य आहे. तो उंच आणि उंच चढत राहिला आणि अचानक, अकस्मात ऊन पडलं. नारायण थरारून गेला. त्याला वाटलं, एखादं स्वप्न पाहतो आहोत आपण. इंद्रधनुष्य उमटलं, उंच दूर आभाळात आणि धुक्यामुळे आणि जलकणांमुळे अनेक रंग उधळले गेले भोवताली. पिवळ्या दूरवर पसरलेल्या गवतफुलांवर ऊन सांडलं, क्षितिजापर्यंत' (पृ. ५२)

५) '... तो भिऊन धावू लागला. परतीच्या वाटेवर, वेगाने, एकदम आणि आकाशात विजा कडाडू लागल्या. पाऊस पडू लागला. धुवांधार वारं सुटलं, धुकं पसरलं बेसुमार आणि रस्त्याचा अंदाज येईना. कसली ही अनामिक भीती!' (पृ. ५५)

६) 'पुन्हा धुकं आलं आहे, कुठून? दूरच्या प्रदेशावरून आणि आभाळ गच्च भरलं आहे. पण अजून पावसाची सुरुवात नाही. सगळीकडे आर्द्र झालं आहे...
एक पाण्याचा प्रवाह दरीच्या दिशेने खळाळताना दिसला आणि त्या पाण्यातच मोठमोठे तुटलेले खडक होते. पाण्याचा अविरत नाद होता... नारायणला पुढचा प्रदेश गूढ आणि स्वप्नवत वाटू लागला. सर्वत्र तरल धुक्याची चादर होती. झाडं होती. स्थिर तसबिरीसारखं वाटत होतं.' (पृ. ६९, ७०)

७) ... 'दोघं व्हरांड्यात कठड्याला टेकून उभे राहिले. भोवती सगळं अद्भुत, रौद्र आणि विलक्षण होतं. पिवळ्या धुक्याचे ढग होते. पावसाच्या धारा होत्या. सर्वांगावर वेगाने तुषार उडत होते, आणि वरून पाणी कोसळत होतं. छतावरून कठड्याच्या समोर. समोरचं, भोवतालचं काही दिसत

नव्हतं. आसमंत सगळा भारला गेला होता. प्रचंड नाद होता सर्वत्र भरून राहिलेला, धुवांधार आणि लयबद्ध' (पृ. ८२)

८) 'नंतरचा एक दिवस. पावसाचे काळे मेघ आकाशात दाटले असले तरी पाऊस नव्हता. धुकं विरळ होतं, आणि ऊबदार ऊन पडलं होतं. उंच टेकड्या हिरव्या पोपटी होत्या. सर्वत्र शांत सुरक्षित, सुंदर. कुठेही मानसिक क्षुद्रता नाही. कसली कंजुषी नाही, घृणा नाही, द्वेष नाही, दुःख नाही. सर्व काही परिपूर्ण आणि आनंदमय. आणि विशेष महत्त्वाचं म्हणजे निर्मनुष्य, आपण, आणि निसर्गच.

एक चढ चढत नारायण टेकडीच्या माथ्यावर येऊन उभा राहिला. दूर त्याला रेस्ट हाऊस ठिपक्यासारखं दिसत होतं. आणि धुक्याआड लपेटलंही जात होतं. टेकडीवर सपाटीची जागा होती आणि पुढे दरीसारखा विस्तीर्ण खळगा... टेकडीवर पिवळ्या गवतफुलांची दाटी. वारं सुटलं आहे. कपडे, केस उडताहेत.' (पृ. १०८)

९) 'त्याने खिडकी उघडली आणि तो अविश्वासाने पाहतच राहिला. बाहेर चंद्र होता, चंद्रप्रकाश होता, पाऊस नव्हता, आभाळ निरभ्र नव्हतं, पण तरीही डोकावून, सर्वांवर चंद्र सांडला होता.

ते छत्रीसारखं खिडकीसमोरचं झाड, वारं आणि तरल, पांढरं, दाट नसलेलं धुकं, आणि सर्वत्र दूर स्तब्धता.' (पृ. ११६)

१०) 'पुन्हा पाऊस, निष्ठुर आणि कठोर, सगळं अस्ताव्यस्त करणारा, काळा, धुक्यातला, धुवांधार, छतावर त्याचा विलक्षण नाद आहे. जसं कोणी न थांबता ताशा वाजवतं आहे. पन्हाळ भरून वाहताहेत, आणि खिडकीवर सततचा ध्वनी आहे.' (पृ. ११७)

११) 'नारायण भणभणत्या वाऱ्यात, रेस्ट हाऊसच्या जवळच्या टेकडीवर सर्वात उंच उभा राहून मान वर करून, तारकांकडे पाहत उभा राहिला, धुक्याने त्याला घेरलं, आणि हरवलेल्या बकरीच्या पिलाचं बेंबाटणं जवळच कुठे तरी त्याने ऐकलं. नंतर त्याच्यातून, त्याच्या भोवतालच्या सर्वांमधून, वाऱ्यामधून आणि ताऱ्यांमधून, धुक्यातून रात्र प्रसरण पावत राहिली. स्वतःला शोधल्यानंतर त्याने वळून पाहिलं, तेव्हा त्याला शव दिसलं नाही. बिहारीबाबू खाली राहिले खूप. त्याने गावाच्या दिशेनं पाहिलं. चला, आता तिकडे जावं लागणार. त्याने पुन्हा एकदा वर पाहिलं. तारकांना स्पर्श केला. तारकांचा स्पर्श त्याला मऊ वाटला-नारायण धुक्यात,

दूर तेथे दूर तेव्हा / १३

वर आकाशाकडे पाहत उभा राहिला, रात्र विस्तारत राहिली.' (पृ. १२३)

रेस्ट हाऊसवर एक खानसामा युनूस व त्याची बायको रजिया. युनूस दारूडा, अशक्त, नाकाम. रजिया अतृप्त, भुकेली. युनूसने भाऊ व रजियाचा संशय घेतल्याने तो भाऊ बेपत्ता. रेस्ट हाऊसवर टूरिस्ट क्वचितच येतात. पण पिशाच्चसाधनेसाठी एक बिहारीबाबू सततचे असतात. रेस्ट हाऊसवर वीज नेहमीच जाते. महिन्याकाठी कधीतरी शर्मा सामान व पगार आणून टाकतात. अशा या विचित्र वातावरणात गावातील दुकानदार कुलकर्णी, त्यांची लायब्ररियन प्रेयसी उषा, एक टूरिस्ट अजमेरा व त्यांचा आजारी मुलगा गोपू आणि नारायणचे वृद्ध वडील अण्णा व त्यांचा मित्र गोळेगावकर एकाच वेळी येतात. डोंगरावर भटकण्याचा नारायणला छंद. आजूबाजूच्या जंगलात गुरुमहाराजांची मूर्ती आहे, ती ज्याला सापडेल त्याचे दुःख जाईल हे एक मिथक पसरलेले. कुलकर्णी-लायब्ररियन लैंगिक ओढीने रेस्ट हाऊसवर आलेले, अण्णा जमिनीच्या कोर्टकेससाठी मुलाकडून पैसे घ्यायला आलेले तर अजमेरा गोपूला बरे वाटावे म्हणून. पण प्रत्येकजण फसतो, दुःखी राहतो. बिहारीबाबूंचे त्राटक अपूर्ण राहते.

वडिलांच्या मित्राने पाठविलेले सुमनचे स्थळ नारायणच्या गळ्यात पडते. कादंबरीच्या शेवटी दोन सनसनाटी घटना घडतात. गोपू रजियाच्या अंगचट येतो अन् नारायणचा मार खातो; रजिया युनूसला ठार मारते अन् बिहारीबाबूला पिशाच्चसाधनेसाठी प्रेत मिळते.

कादंबरीत फारसे काही घडत नाही. सुमारे त्रेचाळीस प्रसंगांची गुंफण असलेली ही कादंबरी.

मराठीत, दलित आत्मकथनात व दलित कादंबऱ्यात सामाजिक वास्तवाचा दावा केला जातो. अर्थात सध्याच्या दलित कादंबऱ्यात वास्तव नाही अशी तक्रार दलित समीक्षकांचीच आहे. पण निदान या साहित्यात दलितांनी भोगलेले, विषण्ण करणारे सामाजिक जीवन आहे. सवर्णांनी केलेल्या अन्यायांचे थरकाप उडविणारे चित्रण आहे आणि निदान आत्मकथनांमधील भौगोलिक परिसर वास्तव आहे.

मराठीतला दुसरा प्रवाह हा ऐतिहासिक, पुराण कथांवरील कादंबऱ्यांचा. ऐतिहासिक कादंबऱ्यात दिसणारे वास्तव हे लेखकाने अनुभवलेले वास्तव नव्हेच; फार तर ऐतिहासिक कागदपत्रांच्या आधारे रचलेले. पौराणिक कथांवरील कादंबऱ्यांतील वास्तव असेच महाकाव्ये, पुराणे यांच्या संदर्भातून रचलेले. 'स्वामी', 'छावा', ते 'मृत्युंजय' मधील वास्तवे ही अशी रचित; वास्तवाचा आभास निर्माण करणारी.

मराठीतील तिसऱ्या कादंबरी प्रवाहात कल्पनेने वा मनाने निर्माण केलेले वास्तव येते. बऱ्या-वाईट बहुसंख्य कादंबऱ्या, लोकप्रिय (पॉप्युलर) कादंबऱ्या, रोमॅन्टिक कादंबऱ्या अशा अनेक कादंबऱ्यात हे काल्पनिक वास्तव असते. (ही तीनही वास्तवे प्रत्यक्ष बाह्य जगाची दर्शने नसतात; ती सर्व मनोवास्तवेच असतात हा मुद्दा वेगळा) काही वेळा त्यांचे भौगोलिक परिसर बाह्य जगाशी जुळणारे असतात.

'दूर तेथे दूर तेव्हा' मधला परिसर काल्पनिकच. बारामाही पाऊस, धुके असणारे, पायथ्यापासून सतरा मैल दूर असणारे, विशेष म्हणजे इतके निर्जन, निर्मनुष्य ठिकाण महाराष्ट्रात शोधूनही सापडणार नाही.

काल्पनिक वास्तवाचा भरभक्कम पाया घालणे हे कादंबरीकाराचे सत्त्व पाहणारे काम असते.

किरण देसाईंच्या 'The Inheritance of Loss' या २००६ मधील कादंबरीचे वास्तव नेपाळ - भारत सीमेवरील कलिंगपाँगच्या परिसराशी जोडलेले. सासण्यांच्या रेस्टहाऊसप्रमाणेच सईचा बंगला डोंगरावर, एकाकी, जंगल व धुक्याने सदा वेढलेला.

(12) All day, the colours had been those of dusk, mist moving like a water creature across the great flanks of mountains possessed of ocean shadows and depths. Briefly visible above the vapor, Kanchenjunga, was a far peak whittled out of ice, gathering the last of the light, a plume of snow blown high by the winds at its summit.

Sai, sitting on the veranda, was reading an article about giant squid in an old National Geographic. Every now and then she looked up at Kanchenjunga observed its wizard phosphorescene with a shiver. The Judge sat at the far corner with his chessboard, playing against himself. Stuffed under his chair where she felt safe was Mutt the dog, snoring gently in her sleep. A single bold lightbulb dangled on a wire above. It was cold, but inside the house, it was still colder, the dark, the freeze contained by stone walls several feet deep. (page 1)

(13) She stood in the dark and it began to rain as it so often

did on an August night. The electricity went off, as always, and the televisions frizzed and the BBC was diced by storm. Lantern light came on in homes. Plunk, ping, piddle, drops fell into the pots and pans placed under leaks -

Sai stood in the wet. The rain boxed the leaves, fell in jubilant dunglike plops into the jhora. The rain slapped, anthem-singing frogs exulted in their millions, from the Teesta up to Cho Oyu, high into the Deo and Singalila Mountains, Drowned the sound of the judge hitting the cook (Page 354-355)

देसाईंच्या वर्णनात कांचनजुंगचे वर्णन आहे ते, सईला ते दिसते म्हणून 'Water creature', 'plume of snow' सारख्या दोनच उपमात धुके आणि दूरवरचे कांचनजुंग उभे राहते. निसर्गावरून देसाई लगोलग सईकडे, ती व तिचे वडील काय करतात याकडे वळतात. मट कुत्रा, शेड नसलेला एकमेव विजेचा बल्ब आणि बाहेरपेक्षा घरातली गोठवणारी थंडी या वास्तविकांचा लगेच उल्लेख होतो.

मध्ये पावसाचे वर्णन आहे. पण त्याचबरोबर लाईट जाणे, टीव्ही, रेडिओ बंद पडणे, छपरातून गळणारे पावसाचे पाणी या रोजच्या भोवतालातील वास्तविकांचा उल्लेख होतो आणि या सर्वांचा थेट संबंध सईशी जोडला जातो.

(१) मध्ये धुक्याचं वर्णन आहे हे नारायणच्या उतरण्याच्या कृतीनंतरच येते. पण वर्णनाचा शेवट नारायणच्या निसर्गविषयक भाव प्रतिसादांनी होतो. (२) मध्ये ऊन पावसाचे वर्णन आहे आणि नारायण त्या सौंदर्यात हरखून गेल्याचा उल्लेख आहे. (३) मध्ये रेस्टहाऊसमधे पसरलेले धुके आहे. नारायणची कृती खिडकीतून बाहेर पाहण्याची. तिचा शेवट छत्रीसारखं झाड दिसण्यात होतो. (४) मध्ये कोसळणारा पाऊस व नारायणचा भीतीचा प्रतिसाद तर (६) मध्ये वर्णन आणि मग त्याला प्रतिसाद म्हणून नारायणला जाणवलेलं गूढ, स्वप्नवत असं काही.

सासण्यांच्या वर्णनाचे प्रयोजन पात्राचे मानसिक प्रतिसाद एवढेच आहे. निसर्ग-निरपेक्ष असं मानवी वास्तव, ऐहिक जगाच्या खुणा (७), (८), (९) मध्येही नाहीत. निसर्गाच्या पार्श्वभूमीवर नारायण येतो; सईचं अस्तित्व, मानवी वास्तव व भोवतालचा निसर्ग हे स्वतंत्रपणे उभे राहून परस्परांशी संबंधित होतात.

देसाई व सासण्यांच्या निसर्ग वर्णनात हा महत्त्वाचा फरक आहे. उपमा, उत्प्रेक्षांचं बलस्थान असं की विस्ताराविना, अनेक सूचक अर्थ देत उपमेयाचे अनोखे दर्शन घडविणे.धुक्याची चादर, छत्रीसारखं झाड, चंद्र सांडणे, हिऱ्यासारखे चमकणारे तुषार, दरीसारखा खळगा यात अतिपरिचित तुलनेने अनोखेपणा जाणवत नाही. सासणे यामुळे वर्णनाचा विस्तार वाढवतात. अमानुषता, भीती, गूढता, आनंद, द्वेष, घृणा, निर्मनुष्यता असे माणसाला जाणवणारे भाव निसर्गावर लादतात. त्याची कारणे, त्यामागची मानसिकता स्पष्ट न करता.

.२.

जेव्हा कलाकार प्रयत्नपूर्वक काही सांगताना त्यातून आपण कसे वेगळे आहोत हे दाखवताना दिसतो तेव्हा कला कृत्रिम होते. नारायणला जीवनाची निरर्थकता जाणवते आहे असे निवेदनात पुन्हापुन्हा उघडपणे येते. ('आणि हे सगळं प्रयोजनहीन, व्यर्थ, अर्थशून्य होत चाललं आहे.' (पृ. ३४), 'आपण एका निरर्थकतेतून सुटून दुसऱ्या निरर्थकतेत चाललो आहोत.' (पृ. ३७), 'युनूस पडला होता खाली निरर्थक होऊन' (पृ. १२०), 'नारायणने निरर्थकपणे म्हटलं', (पृ. ८६), आणि पृ. ७८, ९१, ११६ वरही) जीवनाचे निरर्थकत्व दाखविणारे अस्तित्ववादी साहित्य इंग्रजी, फ्रेंच, जर्मनमध्ये भरपूर आहे. 'काही केलं, नाही केलं तरी आयुष्य सरकतच राहतं,' (पृ. १९) 'आपले जीवन- प्रयोजन काय आहे?' (पृ. २१), 'माणसाचं जीवन किती क्षुद्र, छोटं आहे!... आणि निसर्ग किती विशाल आहे!' (पृ. ६२) 'विशाल अपरिहार्यतेत ती (आई) लुप्त झाली.' (पृ. ९२) 'त्याला कशाचाच अर्थ लागेना, तिचा, तिच्या अस्तित्वाचा. तिच्या येण्याचा. तिच्या निश्चयाचा आणि स्वतःचाही.' (पृ. ११५) 'त्याला बाहेर काही दिसलं नाही. धुकंच दिसलं. अतीव आश्चर्यकारक निरर्थकता आणि एखादं अनाकलनीय स्वप्न' (पृ. ११६) असे अस्तित्ववादी विचार नारायणचे आहेत. पण अस्तित्ववादात असणारी कोणत्याही प्रतिसादाची व्यर्थता, सभोवतालातून अलग होऊन भावनाविवशतेवर पूर्ण नियंत्रण ठेवून येणारी एक खरी पण हादरवून सोडणारी तटस्थता नारायणात नाही. सासणे अस्तित्ववादी लेखक खचितच नव्हेत. असायचेही कारण नाही. पण अस्तित्ववादात अभिप्रेत असणारी जीवनातली निरर्थकता नारायणमधून ते दाखवितात. अस्तित्ववादाला आवश्यक असणारा बुद्धिवादी दृष्टीकोन नारायणाकडे नाही. अस्तित्ववादी निष्कर्ष हे वस्तुनिष्ठ,

तर्कशुद्ध असतात. त्याऐवजी सासणे या निरर्थकतेला गूढतेची, अतर्क्यतेची पार्श्वभूमी देतात. त्राटक, युनूसच्या भावाचा देहहीन भटकणारा आत्मा, जखमी कोंबडा, अचानक आलेला लांडगा व अजगर, बासरी वाजवणारी पण अदृश्य झालेली मुलगी, चर्चजवळ पडलेले व मग लुप्त झालेले प्रेत, गुहा, त्रिशूळ, कवटी वगैरे कथेसाठी 'गूढ' वातावरण निर्माण करण्याचा प्रयत्न करतात आणि हे सारे लेखक स्पष्ट शब्दांत मांडतो. कथेचा सूर वाचकाच्या कानात ओरडून सांगितला जातो, त्याला तो स्वत:चा स्वत:ला गवसू दिला जात नाही. कलेऐवजी कृत्रिमता येते, अर्थसूचनाऐवजी कान पकडून अर्थ ठसवला जातो. जी गोष्ट 'निरर्थकते'ची तीच 'अगम्य' शब्दाची, 'अपरिहार्यते'ची, 'दु:खा'ची वगैरे.

हे असे का होते? याचे एक संभाव्य उत्तर असे की लेखकाला या कथेच्या निमित्ताने जे सांगायचे आहे ते सांगण्याची फार घाई झाली आहे. ही घाई सर्वत्र दिसते. बेचाळीस प्रसंग प्रत्येकी दोन-तीन पानात घाईने निवेदित होतात. घाई इतकी की 'आपल्याशिवाय निर्मनुष्य' असणाऱ्या विस्तीर्ण प्रदेशात, 'माणसाचा वावर झालेला नसलेल्या' झाडीतून हिंडत नारायण एका तळ्याकाठी येतो व नागव्याने आंघोळ करतो असे सांगितले जाते आणि लगेचच दोन बाया 'कुठूनशा अचानक' आल्या, असे म्हणताना आधीचे सर्व विसरले जाते. या घाईमुळेच दुर्योधन कोंबड्याला कुणी व का मारले, गोपू अचानक रजियाच्या अंगचट कसा आला, रजियाने युनूसला का, कसे व केव्हा मारले, युनूसचे प्रेत घेऊन बिहारीलाल काय करणार, खुनाचे प्रेत असे वापरता येणे शक्य आहे का, अण्णा गेल्यानंतर लगोलग सुमनचे स्थळ थेट रेस्टहाऊसवर कसे धडकते, अजमेरा व त्याचा मुलगा गोपू यांचे पुढे संदर्भच का निसटतात, हे प्रश्न अधांतरीच राहतात. पात्रांच्या व्यक्तिरेखा फुलविण्याचे सोडा पण किमान त्यांचा वापर करून आणि तो झाल्यावर त्याला सहजपणे दूर नेण्याची फुरसतही लेखकाला नाही.

मराठीची वाक्यरचनेची प्रवृत्ती मुख्य भाग उजवीकडे ठेवण्याची आहे. 'तू आलास तर मी येईन' यात मुख्य वाक्य 'मी येईन.' 'तू आलास तर' हे गौण वाक्य. 'गवताचा भारा घेऊन जाणाऱ्या दोन बाया' यात 'बाया' हे मुख्य नाम. त्याच्या अलीकडचे पदबंध हे विशेषणरूपी व गौण. (तो) हळूच पण निश्चयाने बाहेर पडला.' या वाक्यातील 'हळूच पण निश्चयाने बाहेर पडला' हा क्रियापदबंध. या क्रियापदबंधात 'बाहेर पडला' हे मुख्य क्रियापद उजवीकडे तर 'हळूच पण निश्चयाने' ही क्रियाविशेषणरूपी पूरके डावीकडे. जेव्हा निवेदनाला वेग येतो किंवा लेखनातील भावनेची तीव्रता वाढते तेव्हा या सामान्य रचनेत सासणे बदल करतात.

१४) 'तो... आवाजरहित पाऊस बघू लागला आणि सफरचंद खात बसला, हात न लावता.' (पृ. ८)

१५) 'दोघं एकमेकांकडे पाहत राहिले, थोडा वेळ आणि गंभीरपणे.' (पृ. १६)

१६) 'आपण आलो पायी, इतकं अंतर चालून.' (पृ. ३४)

१७) '....फडफडत्या कोंबड्यांची आणि प्रेतयात्रांची स्वप्नं त्याला पडू लागली. त्याच्या खिडकीभोवती पाऊस वाजत असताना आणि धुकं झाकळलं असताना, त्या रात्री.' (पृ. ३९)_____

१८) 'मग तिचा चेहरा दिसला अर्धवट, रजियाचा.' (पृ. ४१)

१९) 'रजिया जायला वळली, सावकाश, घाई न करता.' (पृ. ८९)

२०) 'सुमन पाहते आहे, काचेआडून, आपल्याकडे.' (पृ. ११६)

२१) 'त्याला हलके हलके घाम येऊ लागला, सूक्ष्म.' (पृ. १२०)

२२) 'डोक्यावर पाऊस पडतो आहे, छतावर.' (पृ. १२०)

यात सर्व अधोरेखित क्रियाविशेषणे (शब्द, पदबंध किंवा आख्यातेतर वाक्यबंध या रूपात) मूळच्या स्थानापासून उचलून उजवीकडे म्हणजे शेवटच्या स्थानी सरकविली आहेत.

याखेरीज क्रियापदाचे कर्म उजवीकडे टाकणे, नामांची विशेषणे उजवीकडे सरकविणे, क्रियापद गाळून इतर भाग ठेवणे अशाही वाक्यरचनेच्या क्लृप्त्या दिसतात.

२३) 'माळावर एक मूर्ती आहे दगडी, गुरूमहाराजांची.' (पृ.११)

२४) 'त्याने पाहिलं, रजिया पाठ करून उभी चोळी घालत.' (पृ. ६७)

२५) 'त्याच्या मनात वेदनाही उमटली. करुणाही, त्यांच्याबाबतची आणि स्वत:बद्दलची.' (पृ. ७४)

२६) 'जलकणांचं अवतरण, हलकेहलके आणि पातळसं धुकं सर्वत्र.' (पृ. ७५)

२७) 'त्याचा आवाज, निर्दय आणि आग्रही, आक्रमक.' (पृ. ९३)

२८) 'भिंतीला टेकून उभी ती. प्रक्षोभित, उन्मादित, अस्ताव्यस्त.' (पृ. १२०)

वाक्यरचनेच्या या क्लृप्त्या वाचकाचे लक्ष खचितच वेधून घेतात. त्यातून चमत्कृती साधते. पण त्यातून काही साध्य झाले असते तर सासण्यांचा तो एक परिणामकारक शैलीविशेष झाला असता. इंदिरा संतांच्या काव्यात रंगविशेषणांची पखरण ही केवळ वर्णन करणे या सामान्य हेतूवर संपते. सासण्यांच्या वाक्यरचना वैचित्र्याचा हेतूही तसाच सामान्य राहतो. त्यातून काही खास परिणाम साधला

जात नाही.

मुख्य वाक्य आल्यानंतर आठवल्यासारखे त्याचे इतर भाग देणे हा कदाचित घाईचाही परिणाम असू शकतो. किंवा छोट्या छोट्या तुकड्यांनी पझलप्रमाणे हळूहळू चित्र पूर्ण करण्याचे रचना-तंत्र याचाही तो भाग असू शकतो. अर्थात कादंबरी संपल्यावर असा चित्र परिपूर्ण झाल्याचा अनुभव वाचकाला येणे अवघड आहे हेही खरेच.

.३.

एका बाजूला नारायणच्या मनात माणसाच्या अस्तित्वाच्या निरर्थकतेचे विचार तर दुसऱ्या बाजूला डोंगर, झाडी, पाऊस, धुके, विजा, वारे या रौद्र रूपातला निसर्ग. माणसाच्या अस्तित्वातील क्षुद्रपणा निसर्गाच्या संदर्भात जाणवत नाही आणि निसर्गाच्या अगम्यतेचा आणि विस्ताराचा माणसाच्या अस्तित्वाबाबतच्या अनास्थेशीही संबंध प्रस्थापित होत नाही. (हे झाले असते तर कादंबरीचा परिणाम अधिक गाढ झाला असता) सासणे आणखी एक प्रयत्न करतात. निसर्गाच्या अगम्य, रौद्र रूपाला आणि मानवी जीवनाच्या खुजेपणाला गूढतेच्या समान धाग्याने ते जोडू पाहतात. बिहारीबाबूंचे वामपंथी भैरवी संप्रदायाचे गारूड आणि नारायणच्या मानसिकतेत असणारे अनाकलनीयतेचे भाव यांची योजना यासाठी दिसते.

रेस्ट हाऊसच्या दक्षिणेकडची खिडकी सारखी वाजणे, खिडकीतून युनूसचा भाऊ दिसणे, त्याचा शरीराविना येण्याचा प्रश्न, पडकं चर्च, तिथलं थडगं आणि नारायणला तिथे मृत माणूस दिसणे, शंकरच्या घरचं प्रेत, गुहेतील त्रिशूळ व गुहेत ओढलं जाणे, दुर्योधन कोंबडा येणं, हरवणं, सापडणं व पुन्हा मरणं यातलं कोंबड्याचे प्रतीक, प्रेतयात्रेच्या बाजूला तरंगणाऱ्या दोन बदकांचं प्रतीक, माळावरचे चिंचेचे झाड हे सर्व गूढ वातावरणाचे घटक आहेत. मानवी दुःख, त्याची अपरिहार्यता, त्यातून सुटण्याचे माणसाचे केविलवाणे प्रयत्न, दुःख संपविण्यासाठी पिशाच्चसाधनेचा मार्ग आणि या सर्वांमध्ये दिसणारी मानवी कृतीची अनाकलनीयता हे या गूढ वातावरणाच्या पार्श्वभूमीवर उठून दिसतात. पण या गूढाचा अर्थ, त्याचा संबंध स्पष्ट होत नाही. तेही एक गूढच राहते.

कथेतील धागे अनिश्चितपणे किंवा धूसरपणे सोडून देणे हे विसाव्या शतकातील इंग्रजी साहित्यात बरेचदा वापरले जाणारे तंत्र होते. काही विशेष न घडणे आणि अनेक भावनिक तरंग पाण्यातील तरंगांप्रमाणे हलकेपणे सोडून देणे

हे मनोविश्लेषणात्मक लेखनामध्ये वापरायचे तंत्र होते. कथेची सुरुवात, मध्य व शेवट ठसठशीतपणे मांडण्याचे जुने तंत्र सोडून देण्यात आले होते. धक्कादायक, अंदाजाला हुलकावणी देणारा माँपासा व पुढे सॉमरसेट मॉम (१८६५-१९६५) वगैरेंच्या लेखनात आढळणारा शेवट हा विसाव्या शतकाच्या उत्तरार्धातल्या 'आधुनिक' कथेत त्याज्य मानण्यात आला होता. मराठी कथा-कादंबरी, नाटक, कविता आणि समीक्षादेखील इंग्रजीचेच बोट धरून अवतरत होती व आहे. सासण्यांच्या या कादंबरीतील अनेक धागे असे धूसरपणे सुटण्यामागे कदाचित हे कारण असेल. सुमनाचा आगापिछा नसणे, अजमेराने पुढे काय केले व गोपूचे काय झाले हे न कळणे, गोपू-रजिया संबंध व रजियाची कादंबरीभर सांगितलेली धारदार दृष्टी किंवा तिच्या डोळ्यांतील चमक व त्यांचा अर्थ, कुलकर्णी-उषाची युनूस प्रकरणात किंवा सुमनच्या आगमनात असणारी अनुपस्थिती, बिहारीबाबांच्या त्राटकाची इतिश्री, कोव्हस्कीचा निवेदित न केलेला मृत्यू, दुर्योधनाची हत्या आणि अगदी नारायणाची मानसिक स्थिती किंवा तीमध्ये असेलच तर होणारे स्थित्यन्तर या सर्वच गोष्टी शेवट नसलेल्या, धूसरपणे सोडून दिलेल्या गोष्टी आहेत. मात्र या धूसरपणाच्या पटलावर युनूसची रजियाने केलेली हत्या व सुमनचे आक्रमक आगमन हे या पाश्चात्य आधुनिक तंत्रात न बसणारे आहे. म्हैसमाळच्या कुंद, धुकट, रौद्र व सातत्य असणाऱ्या निसर्गाच्या अवकाशात काहीएक असंबद्ध अशा मानवी कृतींचा एका अर्थाने क्षुद्र, निरर्थक असा मांडलेला चित्रपट असे या कादंबरीचे स्वरूप राहते.

मांडणीच्या तंत्राच्या दृष्टीने ही एक दीर्घ पण कथाच आहे. हे केवळ लांबीमुळे नव्हे. कादंबरीच्या बहुपेडी रचनेचा यात अभाव आहे. मुख्य म्हणजे कादंबरीच्या विस्तृत परिप्रेक्ष्याचा किंवा उलट आतमध्ये नेऊन हरखून टाकणाऱ्या खोलीचा येथे अभाव आहे. ही कादंबरी आहे, कथा आहे की कादंबरिका आहे या चर्चेपेक्षा परिणामाच्या दृष्टीने, रचनेच्या अंगाने तिची जवळीक कशाशी आहे हे पाहणे उपयोगाचे. घाई टळली असती, धूसरता राखूनही प्रसंगाचे धागेदोरे विस्तृत केले असते आणि व्यवहार-गूढता-निरर्थकता यांचा ठसा निसर्गाच्या रौद्र रूपातील वैविध्याच्या पार्श्वभूमीवर हळूहळू पण निश्चित दिशेने उमटवता आला असता तर या कादंबरिकेला कादंबरीची पातळी गाठता आली असती. अर्थात यात सासण्यांना साहित्यिक-क्षमता कसाला लावावी लागली असती.

- ० - ० - ० -

. २ .

सर्प

. १ .

'सर्प' ही २७ (किंवा खरे म्हणजे २०) प्रसंगांची रचना, माणसाच्या मनातील भीती, त्याचा हिंस्रपणा, त्याचा राग आणि त्याची हाव यातून काय निर्माण होते हे सांगणारी, दुःख, क्षुद्र जीवन टाळण्यासाठी या गोष्टी सामान्य माणूस कळत नकळत कवटाळतो आणि त्यातून निर्माण होते त्याचे नियंत्रण नसणारी एक फरफट. हा या कादंबरिकेचा विषय. हा विषय जर केन्द्रभागी ठेवला तर या कादंबरिची रचना पुढीलप्रमाणे दाखविता येईल. (यातले तीन आस हे अनुक्रमे भावटणकर वकील व त्यांचे कुटुंब, महादेवअप्पाचे कुटुंब आणि जलसाबाईचे घर असे आहेत.) पहिल्या रचनेत ही तीन कुटुंबे स्वतंत्रपणे पहिल्या अकरा प्रसंगांतून मांडली जातात.

१ ते ११   १२ ते १९   २० ते २७

नंतर या तिघांपैकी दोघादोघांचे संबंध येण्याच्या आठ प्रसंगांची गुंफण येते. शेवटच्या आठ प्रसंगांत या तीनही कुटुंबांचे संबंध गुंतत जातात.

एक व्यक्तिरेखा किंवा एखादे कुटुंब मध्यवर्ती धरून त्याच्या कहाणीच्या अनुषंगाने हळूहळू इतर व्यक्तिरेखा किंवा इतर कुटुंबे मांडत जाण्याची रचना-पद्धती ही सर्वसामान्य पद्धती आहे. यात व्यक्तिरेखा किंवा कुटुंब किंवा एखादे

गाव निवेदन-वर्णन-संभाषण यातून विकसित करत करत कधीकधी विषय मांडला जातो. कादंबरी या अर्थाने एककेन्द्री असते. महाभारतासारखे एखादे महाकाव्यच बहुकेन्द्री व बहुविषयी असते. महाकाव्यात अनेक कादंबऱ्या असतात.

'सर्प' मध्ये विषय हा केन्द्रीभूत होऊन व्यक्तिरेखा व कुटुंबे यांची गुंफण त्याभोवती आहे. आधुनिक इंग्रजी रहस्य-कादंबऱ्यांत किंवा हेर-कादंबऱ्यांत वेगवेगळ्या व्यक्तिरेखा किंवा वेगवेगळे समूह प्रथम मांडले जातात. मग त्यांचे परस्परसंबंध हलकेहलके जोडले जातात. शेवटच्या भागात सर्वच व्यक्तिरेखा किंवा समूह एखाद्या गुपिताच्या भोवती गोळा होतात.

उदाहरणार्थ स्टाइज लारसन या स्वीडिश कादंबरीकाराच्या तीन थ्रिलर स्वरूपाच्या कादंबरी मालिकेतील 'द गर्ल हू प्लेड विथ फायर' (इंग्रजी भाषांतर २०१०) या दुसऱ्या कादंबरीत लिझबेथ सलॅण्डर हे मुख्य पात्र. 'मिलेनियम' या सामाजिक, राजकीय गुन्हेगारीवर प्रकाश टाकणाऱ्या मासिकात काम करणारे ब्लॉम्क्विस्ट, बर्गर लोक हा एक गट. 'मिल्टन सिक्युरिटी' या खाजगी गुप्तहेर कंपनीचा प्रमुख आर्मन्स्की व त्याचे सहकारी हा दुसरा गट. तर बब्लान्स्की, एक्स्ट्रॉम वगैरे सरकारी पोलिसयंत्रणेतील लोक हा तिसरा गट. झाला व त्याचे लुन्डिन सारखे साथीदार हा गुन्हेगारांचा चौथा गट. यातील सर्व पात्रांचे सलॅण्डरशी असणारे संबंध कादंबरीकार हळूहळू प्रस्थापित करतो व पूर्वीचे संबंध उलगडत जातो. शेवटी ही सर्व पात्रे तीन खुनांच्या संदर्भात एकत्र आणली जाऊन रहस्य सोडविले जाते.

'सर्प'ची रचना ही रहस्यकथा/कादंबरीसारखी आहे. २० ते २७ हे प्रसंग हे तर अगदी रहस्यकथेच्या रचनेचेच आहेत.

पहिल्या प्रसंगात भावटणकर वकिलांचा जुना वाडा, त्यांचे तोतरेपण, त्यांचा फारसे काही न करणारा मुलगा श्याम, भावटणकरांच्या घरावर चढलेले माकड, सतत 'देवीभागवत' वाचणाऱ्या सत्यभामाबाई, सत्यभामाबाईंचे रूप तर भावटणकरांचे कौरुप्य, भावटणकरांची मुलगी मालिनी व मुलगा श्याम रूपाने वडिलांवर, मालिनीला होकार यायला हुंडा हवा व श्यामला जिल्ह्याच्या गावी जायला पैसा हवा, भावटणकरांचा भाऊ विनायककाका हा या उलट. भावटणकरांपेक्षा सर्वच बाबतीत सुखी व उजवा ही वास्तविके मांडली जातात. (विनायकचे पात्र पुढे कुठेच येत नाही हा एक रचनेतलाच कच्चा धागा) म्हणजे रूटुखटूचे सामान्य जीवन आणि त्यातून बाहेर पडण्याची व्यक्तीची धडपड हा विषय सुरुवातीलाच उल्लेखित होतो.

दुसऱ्या प्रसंगातली मुख्य पात्रे महादेवअप्पा, त्याचा थोरला भाऊ बसाप्पा व दोघांचा मित्र फराटे पिंपळगावकर. हे सर्व एका जातीचे. याच जातीतील औसा गावची जलसाबाई ही पुरुषप्रधान संस्कृतीला आव्हान देणारी. तिचा नवरा दुर्धर रोगाने ग्रासला तेव्हा ती जातीला शरण येईल, तिची जमीन आपल्याला आयती मिळेल असे अनेक जातवाल्यांना वाटे. पण ती खंबीर तिने खानावळ काढली, हाताखाली एक तरुण पोरगा (माणिकप्रसाद) ठेवला. जातीने उठवलेल्या कंड्यांना तिने भीक घातली नाही. तिचा नवरा साप चावून मेला तेव्हा तिच्याविषयीचा संशय वाढला. पोलिसांनी खानावळीला टाळे लावले. तिची इस्टेट आता तरी मिळावी ही महादेवअप्पाची इच्छा. महादेवअप्पाच्या बायकोला जलसाबाईकडे सोने असल्याची माहिती.

तिसऱ्या प्रसंगात मालिनी स्थळाचे पत्र वाचते. वडिलांनी हुंडा जमवावा असे आईला सांगते. भावटणकरांना आपल्या अकर्तृत्वाची दुःखद जाणीव होऊन आयुष्यात एक पोकळी जाणवते. चौथ्या प्रसंगात हुंडा जमविण्यासाठी चोरी करायला काय हरकत आहे, अशी पापभावना त्यांच्या मनात जागृत होते.

पाचव्या प्रसंगात महादेवअप्पा पद्मावतीला कोंडून ठेवतो. कारण ती ड्रायव्हरबरोबर पळते. बभ्रा होण्याआधीच वेरूळला तिचे लग्न करायचे तो ठरवतो. मुलगी अशी छछोर तर मुलगा बीरू नापास झालेला : याचवेळी फराटे, एक जमीन स्वस्तात मिळते आहे तर घेऊया असा प्रस्ताव आणतात. ते, महादेवअप्पा व बसवप्पा मित्र. सामान्य जीवन जगणारे. साधी स्वप्नेही पुरी करू न शकणारे. महादेवअप्पाच्या मनात वाईट कृत्य करून पैसा मिळविण्याचा सर्प जागा होतो. सहाव्या प्रसंगात आपण कुरूप आहोत आणि सुंदर सत्यभामा आपल्याशी तुच्छतेने वागते, आपल्याला मुलीचे धड लग्नही करता येत नाही, या विचारांनी भावटणकर व्याकूळ होतात व त्यांना स्वप्नात सर्प दिसतो.

सातव्या प्रसंगात महादेवअप्पा, बसाप्पा व फराटे जलसाबाईचे दागिने लुबाडण्याचा बेत रचतात. पूर्वीचे ७५० रुपये तिने देणे असल्याची नोटीस तिला भावटणकरांमार्फत द्यायची असेही ठरवतात. बसाप्पाला चोरी करणे पाप वाटते. त्याचा मुलगा गोरखनाथ हा वाया गेलेला. मवाली. त्याचा वापर या कटात केल्यास सत्यानाश होईल असे त्याला वाटते. पण महादेवअप्पाच्या मनात लालसेचा सर्प सरकू लागतो.

आठवा प्रसंग भावटणकर व त्यांचे कुटुंब. सत्यभामा आपण पत्नीचा धर्म पाळला असे नवऱ्याला स्पष्ट सांगते. कुरूप नवऱ्याने केलेली रतीची सक्तीही ती

सहन करते. भावटणकरांना ती आपली निर्भर्त्सना करतेसे वाटते. तिच्यापुढे त्यांचे अवसानच गळते. श्याम जिल्ह्याला जाण्याचा वा शेती करण्याचा हट्ट धरतो. हौदावर असणाऱ्या सूर्यफुलाच्या कुंडीला ते रागाने लाथ मारतात. पण परत ती उचलूनही ठेवतात.

नवव्या प्रसंगात पद्मावतीचे नटणे-मुरडणे पुन्हा एकदा ठसवले जाते. बसप्पाचा गोरखला आपल्या कटात आणण्यास विरोध असतो. जलसाबाईला खानावळीची किल्ली पोलीस परत देतात व तिचा नवरा साप चावून मेल्याचे मान्य करतात, अशी बातमी फराटे सांगतात. पद्मावती चोरून त्यांची बोलणी ऐकते. फराटे, बसवप्पा, महादेवअप्पा भावटणकरांच्या घरी येतात. दहाव्या प्रसंगात जलसाबाईचे अल्प चरित्र मांडले जाते. नवरा गेल्यापासून ती मात्र उदासीन व खिन्न असते. खानावळ परत घेण्याची तिची इच्छा नाही. तीर्थक्षेत्री जाऊन अन्नछत्र उघडण्याचा तिचा मानस असतो. माणिकप्रसाद हा तिचा एकनिष्ठ सेवक. जलसाबाई शरीरवासनेच्या पलीकडे गेलेली.

अकराव्या प्रसंगात महादेवअप्पाचा बीरू गोरखनाथाला बोलवायला येतो. तो कबुतरे उडवतो, चित्रपटात स्पॉटबॉयचे काम करतो. बीरू जेव्हा त्याला कटाची माहिती देतो तेव्हा तो सुन्न होतो. पण एक मोठा सुरा घेऊन तो महादेवअप्पाकडे यायला तयार होतो. त्याच्यात दबलेली हिंसा असते.

अकरा प्रसंगांची ही साखळी पुढे होणाऱ्या खेळाचा पट मांडते. सर्प, सूर्यफूल, वानर, डोक्यात पेटणारी टंगस्टनची तार, पाकोळ्या अशी अनेक प्रतिके पुन्हापुन्हा येतात. या सामान्य कष्टमय जीवनातून बाहेर पडायला एकदा तरी पाप करायला माणसं तयार होतात. त्यांच्यातलं हिंस्र श्वापद जागं होतं. समान मानसिकता असणारी ही माणसं आपल्या दडपलेल्या इच्छापूर्तीसाठी कोणत्या खेळी करतील याची उत्सुकता वाढवली जाते. पुढचे आठ प्रसंग हे या खेळी मांडणारे.

बाराव्या प्रसंगात भावटणकर महादेवअप्पा-फराटे या आपल्या आशिलांना भेटतात. त्यांच्यावर ताबा ठेवण्यासाठी औशाचे ग्रामपंचायतवाले फराट्यांच्या हेतूविषयी साशंक आहेत, असे म्हणतात. तेथेही पद्मादेवी चोरून त्यांचे संभाषण ऐकतेच. गोरखनाथ आल्याचे ती सांगते. भावटणकरांची धूर्त चाल टंगस्टनच्या तारेच्या प्रतिमेतून तर सद्य परिस्थितीच्या पिंजऱ्यातून बाहेर पडण्यासाठी त्यांच्या मनाने खाल्लेली बेईमानी उचल ही सर्पाच्या प्रतिमेतून दाखविली जाते.

तेराव्या प्रसंगात फराटे जमीन घेण्याची घाई करतो. महादेवअप्पा पैसा

उभारण्याची ग्वाही देतो, तर बसप्पा गोरखला सामील केल्याने अस्वस्थ झालेला असतो. गोरख व बीरू औशाला टेहळणीसाठी गेल्याचे वृत्त सांगितले जाते. ते परत येतात व जलसाबाई किल्ली मिळाली तरी धर्मशाळेतच वास्तव्यास असल्याचे सांगतात. जलसाबाई पापी तर तिचा पापी पैसा आपल्याला कसा चालतो हा गोरखचा प्रश्न निरुत्तर करणारा. बाप व काका आपल्याला नरकाची वाट दाखवत आहेत असे तो म्हणतो. बीरू जलसाबाईची ट्रंक व तिचे गाठोडे पाहून आल्याचे सागंतो. त्यात सोने नसल्याने सोने खानावळीतच असणार याची खात्री सर्वांना पटते. भावटणकर वकील नोटिशीचा कागद घेऊन येतात व तिघांच्या सह्या त्यावर घेतात. भावटणकर हिंसक बनतात.

चौदाव्या प्रसंगात भावटणकर जलसाबाईला औशाला जाऊन नोटीस देतात. ती निर्विकारपणे खानावळ घेऊन टाका म्हणते. आपण गावच सोडून जाणार असल्याचे सांगून ती भावटणकरांनाच हतबुद्ध करते. भावटणकरांना स्वत:चे रितेपण जाणवते. जलसाबाई त्यांच्यादेखत गाठोडे सोडते. भावटणकरांना बाहुली दिसते. माणिकप्रसादचे विखारी डोळे व बाहुलीचे रूप पाहून भावटणकर घाबरतात. आपण जिल्ह्याचे वकील देशपांडे यांच्यामार्फतच नोटिशीला उत्तर देऊ असे सांगून ती भावटणकरांना चीत करते. भावटणकर बाहेर आल्यावर रागाने पेटतात. महादेवअप्पा औशाला देवीची यात्रा लवकरच असल्याचे सांगतो. भावटणकर त्या जत्रेचा फायदा घेण्याचे ठरवतात.

पंधरावा प्रसंग औशाच्या यात्रेचा. पद्मादेवी मैत्रिणींसह फिरताना श्यामला पाहते व त्याला बाजूला घेऊन मोहात पाडते. भावटणकर आपल्या घरी येतात हेही ती श्यामला सांगते. श्यामला घेऊन ती धर्मशाळेत जाते व जलसाबाईंची ट्रंक व गाठोडे उघडून पाहते. जलसाबाई तिला नंगे हात पकडते व ती महादेवअप्पाची मुलगी असल्याचे ओळखते. पद्मादेवी दूर पळून जाते.

सोळाव्या प्रसंगात तंबूत तमाशा पाहणाऱ्या माणिकप्रसादवर फराटे लक्ष ठेवून राहतो. माणिकप्रसादला संशय येताच तो तेथून निसटतो. किल्ली मिळविण्यासाठी फराटे रस्त्यात माणिकप्रसादवर हल्ला करतो. माणिकप्रसाद त्याला चावून सुटका करून घेतो.

सतराव्या प्रसंगात जलसाबाईला हे समजते तेव्हा ती औसा ताबडतोब सोडून जाण्याचे ठरविते. माणिकप्रसाद जवळ एक चाकू बाळगतो. त्याच्याही मनात हिंसक प्रेरणा जागी होते.

अठराव्या प्रसंगात भावटणकरांच्या कुंडीत सूर्यफूल उमलते व ते आनंदात

नाचतात. भाजी आणायला गेल्यावर त्यांना महादेवअप्पा भेटतो. तो सर्व निवेदन करतो. पदीचे जलसाबाईचे गाठोडे बघतानाचे पकडले जाणे, फराट्यांचा माणिकप्रसादवरचा फसलेला हल्ला वगैरे. भावटणकरांच्या मनात टंगस्टनची तार पेटते. वाटेत एका भिंतीआड पद्मादेवी व श्यामचा प्रणय त्यांना दिसतो. तो कुरूप बाहुलीसारखा तर ती नागिणीसारखी. ते घरी येतात तो जलसाबाई व माणिकप्रसाद आपल्याच घरातून बाहेर पडताना त्यांना दिसतात. तिच्या हातात गाठोडे. ते रागाने वाड्यात शिरतात तो समोर सत्यभामाबाई. जलसाबाई आपली बहीण शोभेल इतकी सुंदर असल्यानेच भावटणकर तिला छळतात असे त्या म्हणतात. आपली किंमतच नवऱ्याला नाही हा त्यांचा आरोप. भावटणकर आश्चर्य व रागाने अवाक् होतात. सूर्यफुलाची कुंडी लाथेनं हौदात उडवतात. वाड्यावरचं वानर ओरडू लागते. एकोणिसाव्या प्रसंगात भावटणकर व फराटे आतापर्यंत घडलेला वृत्तान्त एकमेकांना सांगतात. भावटणकर पुन्हा एक गुप्त योजना आखून त्यांना सांगतात. श्याम जागा असल्याचे त्यांना जाणवते. सूर्यफुलाची कुंडी कुणीतरी हौदावर ठेवल्याचे ते पाहतात.

. २.

पहिल्या अकरा प्रसंगात उभ्या केलेल्या तीन कुटुंबांचे परस्पर संबंध बारा ते एकोणीस या आठ प्रसंगांत असे मांडले जातात. हे संबंध गडद होण्याइतका अवसर कादंबरिकेत दिला जात नाही. त्यामुळे व्यक्तिरेखा विकसित होण्याला वाव उरत नाही. कादंबरी या आकृतिबंधात एकदा पहिली कथाभूमी तयार झाली की व्यक्तींचे संबंध हळुवारपणे पण निश्चितपणे प्रस्थापित केले जातात. व्यक्तिस्वभावांचे अनेक पदर दाखवून संश्लिष्टता निर्माण करता येते. कादंबरीत ती आवश्यक असते. चांगल्या कादंबरीची कथा ही सर्वाधिक महत्त्वाची नसते. पात्रांना एकत्र बांधण्यासाठी कथा असते. कथेच्या वास्तवात व्यक्तींचे अंतरंग उलगडायचे असतात किंवा त्यांच्या आयुष्यांच्या संदर्भात मानवी जीवनाचे वेगळेच रूप दाखवायचे असते. नुसत्या विस्ताराने हे जमतेच असे नाही. इंग्रजीत मेरिडिथच्या कादंबऱ्यांत नुसता विस्तार असतो. मराठीत ह. ना. आपट्यांच्या 'उष:काल' किंवा ना. सी. फडक्यांच्या 'अल्ला हो अकबर' मध्ये असाच केवळ विस्तार आहे. (सरदेसाईच्या 'बखर एका राजाची' मध्येही विस्तार हेतुहीन ठरतो.) पण व्यक्तिरेखांचे अंतरंग व मानवी जीवनाचे आगळेरूप दाखविणे हे

जमण्यासाठी विस्तार आवश्यकच असतो. अन्यथा कादंबरी चटपटीतपणे फार तर गोष्ट सांगते, ती व्यक्तिरेखा किंवा जीवनविषयक जाणिवांचा ठसा उमटवत नाही. 'गारंबीच्या बापू' च्या विस्तारात बापूची व्यक्तिरेखा आणि गारंबी यांचे ठसे उमटतात. उलट 'आजीची गोष्ट' मध्ये काहीच ठसत नाही. सदानंद देशमुखांच्या 'बारोमास' मधील विस्तार क्षीणपणाने का होईना एक जीवनविषयक वेगळी जाणीव निर्माण करतो. विस्तारातून व्यक्तिरेखा अकृत्रिमपणे फुलाव्या लागतात. व्यक्तिरेखांमागे वास्तविकांचा विस्तार धावत राहून चालत नाही. शरणकुमार लिंबाळेंच्या 'झुंड' मध्ये विस्तार आणि मुख्य व्यक्तिरेखा यांचा संबंधच क्षीण होतो. जातीय अत्याचाराच्या विषयामागे विस्तार धावत राहतो. विस्ताराच्या दीर्घ पटलावर व्यक्तिरेखा अलगदपणे उलगडण्याचे अप्रतिम कसब टॉल्स्टॉयच्या 'ॲना करेनिना' मध्ये आहे. तर विस्तारातून वेगळीच अशी जीवनविषयक जाणीव पामुखच्या 'स्नो' मध्ये ठसठशीतपणे निर्माण होते.

सासण्यांच्या 'सर्प' मध्ये विस्ताराअभावी व्यक्तिरेखा दबलेल्या राहतात. पात्रांचे संबंधही धूसर दिसतात. जलसाबाई, माणिकप्रसाद, महादेवअप्पा व त्याची निनावी पत्नी, बसप्पा व गोरखनाथ यांचे संबंध, श्याम, मालिनी, जलसाबाई या व्यक्तिरेखा विस्ताराने फुलवता येणाऱ्या गोष्टी आहेत. विस्तारा-अभावी त्या खुरटलेल्या आणि म्हणून ठसा न उमटवणाऱ्या बाबी होतात. अर्थात केवळ विस्तार करून हे जमेलच किंवा जमले असते असे नाही, हे स्पष्ट आहे. पण विस्तारा-अभावी हे जमण्याची शक्यताच दुरावली आहे, हेही खरेच. मानवी मनातील छुपी हिंसात्मकता किंवा प्रत्येकाच्या मनात कधीतरी जागा होणारा सर्प या विषयाचा ठसठशीतपणाही या विस्तार-अभावाने प्रतीत होत नाही.

वीस ते सत्तावीस हे प्रसंग खरे तर एका मोठ्या प्रसंगाचे आठ भाग आहेत. एखाद्या रहस्यमय चित्रपट किंवा कथेच्या शेवटाप्रमाणे ते वेगाने येतात. रहस्यकथेचा त्यांना इतका वेग आहे की रहस्यकथेप्रमाणेच यात केवळ घटना आहेत. व्यक्तिरेखा येथे बाहुल्यांप्रमाणे फक्त वापरल्या जातात. त्यामध्ये विकास, बदल, वळण वगैरे काही नाही. विसाव्या प्रसंगापासून औसा हेच एक घटनास्थळ बनते. त्यातही विशेष म्हणजे जलसाबाईची बंद खानावळ. विसाव्या प्रसंगात भावटणकर दूरवर बसून त्यांच्या योजनेप्रमाणे महादेवअप्पा मंडळी खानावळीत शिरून काम करतात की नाही यावर लक्ष ठेवतात. तेही या मंडळींच्या नकळत. एकोणिसाव्या प्रसंगात वाचकाची उत्सुकता ताणण्यासाठी ठेवलेला 'गुप्त' कट म्हणजे अर्धे पान झाल्यावर लगेचच वाचकाला उघड केलेला हा खानावळीत

शिरण्याचा कट! एकविसाव्या प्रसंगात खानावळीची खिडकी पाडून मंडळी आत शिरतात. बसप्पा भीतीने ओरडू लागतो तेव्हा महादेवअप्पा व गोरख त्याचे तोंड दाबतात. गोरखनाथ जमीन खणतो. त्याचवेळी जलसाबाई व माणिकप्रसाद काही सामान घेण्यासाठी खानावळीकडे येऊ लागतात. बसप्पाला गोरखनाथच्या डोक्यावर साप दिसतो पण त्याला ओरडता येत नाही. बावीसाव्या प्रसंगात टेहळणीवर असणारे भावटणकर जलसाबाई व माणिकप्रसादला येताना पाहतात. माणिकप्रसाद लघवी करायला आडोशाला जातो तेव्हा जलसाबाई बाहुली बाहेर काढते. आपला बेत उधळायला येणाऱ्या जलसाबाईचा काटा तेथेच काढण्याचे भावटणकर ठरवितात. तेविसाव्या प्रसंगात महादेवअप्पाला खणून कवटी सापडते. फराटे गलितगात्र होतात. चोविसाव्या प्रसंगात बाहुलीच्या पोटात रिंग घालताना जलसाबाई आतली बोरमाळ काढते. भावटणकर ही संधी साधून जलसाबाईच्या डोक्यात मागून येऊन दगड घालण्याचे ठरवतात. पंचविसाव्या प्रसंगात माणिकप्रसाद मफलर बांधलेली एक व्यक्ती जलसाबाईच्या मागे दगड घेऊन चाललेली पाहतो. मागे आपल्यावर हल्ला करणाराच हा आहे, या विचाराने तो पेटतो व खिशातला चाकू काढतो. सूड व रागाने तो पेटला आहे. सव्वीसाव्या प्रसंगात पायाखाली फूल तुडवत भावटणकर जलसाबाईच्या मागे दगड घेऊन जातात. त्याचवेळी ती मागे पाहते. भावटणकर तिला पाहून हतवीर्य होतात. माणिकप्रसाद सुरा घेऊन पुढे सरसावतो. फराटे कवटी पाहून गारठतो. सर्प बीरूच्या डोक्यावर येतो. बसप्पाचे शेवटचे श्वास फडफडतात व कोणीतरी खानावळीची भिंत फोडलेली पाहून ओरडते. सत्ताविसाव्या प्रसंगात एका पडक्या देवळात श्याम व पद्मावतीचे प्रणयचाळे चालू असतात. ती त्याला आपण भावटणकरांना पाहिल्याचं सांगते. त्याला दुरून ओरडल्याचा आवाज येतो. श्याम पिळवटून खानावळीच्या दिशेने जातो व तो सर्प सर्वांना दंश करून पसार होतो. मात्र रहस्यकथेप्रमाणे 'सर्प' चा शेवट सर्व गोष्टी शेवटी स्पष्ट करीत नाही. त्यात धूसरता जाणूनबुजून आणली जाते. कथेचा हा शेवटचा भाग त्यातील वेगामुळे वाचनीयच नव्हे तर खिळवून ठेवणारा झाला आहे.

. ३ .

'दूर तेथे दूर तेव्हा' मधील भाषाविशेष 'सर्प' मध्येही दिसतात. वाक्योत्तर शब्दबंध ठेवणे हा सासण्यांच्या लेखनाचाच शैलीविशेष दिसतो. त्यात क्वचित्

चांगला परिणाम साधलाही जातो.

१) 'जे होते ते सगळे फुंकून टाकले मागेच श्यामच्या दुखण्यात.' (पृ. १६४) यात सत्यभामाबाई दागिने विकल्याच्या कारणावर भर देण्यासाठी ते वाक्योत्तर ठेवून भावटणकरांवर कडवट टीका करतात.

२) 'अण्णा, मी गेलो होतो आत धर्मशाळेत' (पृ. १९१) यात बीरू 'धर्मशाळेत' हा शब्द वाक्योत्तर ठेवून त्यावर भर देतो. त्यातून महादेवअप्पावर, अपेक्षित परिणाम होतो. या दोन्ही उदाहरणातील वाक्योत्तर शब्दस्थान हे नेहमीच्या बोलण्यातील नैसर्गिकपणा आणते. पण संवादेतर वाक्यातील ही रचना फारसा परिणाम साधत नाही :

३) 'तो त्या दोघांकडे बघू लागला आश्चर्याने.' (पृ. १५२)

४) 'बसप्पा कोपऱ्यात अंधाराकडे बघत राहिला. बराच वेळ.' (पृ. १५४)

५) 'पण लगेच पुढच्याच क्षणाला ती केळीचं पान चघळू लागली, क्षमाशीलतेने.' (पृ. १६०)

६) 'लढाऊ पवित्र्यात जज्समोर उभं राहावं तसे सत्यभामाबाईंच्या समोर उभे राहिले, नुसतं पहात.' (पृ. १६१)

७) 'आणि मौनातली आक्रमकता लक्षात घेऊन त्यांनी ग्रंथाकडे पाहिलं एकाग्रपणे.' (पृ. १६४)

८) 'भावटणकर रागाने त्या खोली क्रमांक एकमधून फेकले गेले, वेगाने.' (पृ. १६४)

९) 'त्यांनी सूर्यफुलाच्या कुंडीला लाथ मारली, निसटती.' (पृ. १६४)

१०) 'स्वत:शीच बोलावं तसं जलसाबाई मग बोलू लागली. तटस्थपणे.' (पृ. १७५)

११) 'न पेक्षा सुटकाच नाही, परिस्थितीच्या पिंजऱ्यातून.' (पृ. १८५)

१२) 'गरिबीतसुद्धा कशी राहते, स्वच्छ.' (पृ. १९४)

१३) 'तेही धावू लागले, त्याच्यामागे अंधारात... ते उभे राहिले, चादर पांघरून.' (पृ. २०४)

१४) 'ती पद्मा एखाद्या नागिणीसारखी दिसत होती. कांतिमान, पण भीतिदायक.' (पृ. २११)

१५) 'खोली क्रमांक एक' च्या पायरीवर सत्यभामाबाई उभ्या होत्या. दोन्ही हात चौकटीला लावून, चित्रात्मक रेखीवपणे.' (पृ. २१२)

१६) '...ते इथं, त्या घुमटीजवळ येऊन बसले होते, स्तब्ध.' (पृ. २१८)

१७) 'मग निघाला अख्खा पाय, म्हणजे अखंड पायाचं हाड, कुदळीला अडकून.' (पृ. २२६)

१८) 'तो बॅटरीचा प्रकाश त्या कवटीवर टाकू लागला, भयभीत होऊन.' (पृ. २२६)

१९) '... तो निरर्थक शब्दात नुसताच ओरडू लागला, जखमी श्वापदासारखा, त्या दिशेने त्या कोणाच्या ओरडण्यात आवाज मिसळून किंवा आकाशाच्या पोकळीकडे तोंड करून.' (पृ. २२९)

यातील वाक्योत्तर शब्दबंधाच्या आधीचे स्वल्पविराम किंवा पूर्णविराम फारसे महत्त्वाचे नाहीत. (१५) व्या उदाहरणाप्रमाणे काही ठिकाणी वाक्योत्तर शब्द ठेवण्याने त्या शब्दांना थोडेसे महत्त्व येण्याचा परिणाम साधतो पण (१२) प्रमाणे तोही परिणाम अनेक ठिकाणी साधला जात नाही.' पृष्ठ १६४ वरील अशा उदाहरणांची गर्दी कदाचित लेखन प्रक्रियेतील सरावाच्या लेखनाचा परिणाम असेल पण एकंदरीतच वाक्योत्तर शब्दबंध ठेवण्याची क्लृप्ती हा लेखकाचा व्यक्तिनिष्ठ शैलीविशेष वाटतो. अर्थात 'दूर तेथे दूर तेव्हा' पेक्षा त्यामानाने या क्लृप्तीचा वापर माफकच आहे. वाक्यातील शब्दांची नेहमीची जागा बदलण्याची ही लकब कधीकधी खटकणारी व परिणामशून्य वाक्यरचनाही करते:

२०) 'मनातसुद्धा त्यांच्या श्वापदाचे भाव येऊ लागले.' (पृ. २१९)

२१) 'कंदील भगभगू लागला तशी वात महादेवअप्पाने लहान केली.' (पृ. १५१)

या उदाहरणातील 'त्यांच्या मनात सुद्धा' आणि 'महादेवअप्पाने वात' या क्रमातील बदल हा परिणामशून्य आणि म्हणून ढिसाळपणाचा दोष आणतो.

अल्पाक्षरी, सुटसुटीत वाक्यरचना हा सासण्यांच्या भाषेचा शैलिविशेष व्यक्तिविशिष्ट असून 'सर्प' प्रमाणे तो याही कादंबरिकेत ठळकपणे जाणवतो:

२२) 'सूर्य उगवला आणि धर्मशाळेच्या ओवऱ्यांवर ऊन पडलं. दगडी भिंती आणि कमानी. बहुधा कोण्या एके काळी बांधलेला घोड्यांचा तबेला. दगडांच्या फटीफटीतून वाळलेलं लोंबणारं गवत. तिथं पक्ष्यांनी घरटी केलेली. खोल्यांमागे खोल्या. कोणाच्याच मालकीच्या नसलेल्या. ज्याला शक्य आहे त्याने स्वच्छ करावं, रहावं, कुणी म्हणत, ते जुनं मंदिर

आहे. कारण दोन नक्षीचे खांब आधारासाठी उभे. कुणी म्हणत, शहाजीराजांनी बांधलेल्या घोड्याचा तबेला आहे. दर्शनी भाग मशिदीसारखा दिसे. सडकेच्या बाजूला असलेल्या ह्या वास्तूला धर्मशाळा म्हणत. जलसाबाईंच्या ताब्यात सध्या यातल्या दोन खोल्या होत्या. दरवाजे नसलेल्या. ती तिथं राही. ती आणि माणिकप्रसाद.' (पृ. १७१)

२३) 'ते घर चांगले दुमजली, पण जुनाट होते. घरात पंधरा—पंधरा की वीस? —तरी खोल्या असतील. पण ठिकठिकाणी संपलेल्या आयुष्याला गाठी मारल्याप्रमाणे वाटणारी गंजलेली, कोळीष्टकाने भरलेली कुलुपे दिसत आणि त्यातील बहुतेक अनेक वर्षांत उघडली गेली नव्हती. अनेक उजाड बिळांपैकी एकात राहून आपण बाहेर किलकिल्या डोळ्यांनी पाहत आहोत, असे सीताक्काला अनेकदा वाटत असे व अंथरुणावर पडले की एकेकाळी त्या खोल्यांत असलेल्या संसाराची चित्रे तिला दिसू लागत. ते घर पिढ्यान्पिढ्या सामाजिक मालकीचे होते, पण घराण्यातील कुठल्याही बुद्रुकाने त्याची मोठी विलक्षण वाटणी करून ठेवली होती. न्हाणीघराची खोली दत्तारामाकडे, पण तिच्या बाजूच्या खोल्या शांतीच्या मालकीच्या, पण बरोबर त्यांच्या वरची खोली सखारामच्या वाटणीला. इतर दोघांच्या वाटण्यांवर मिळून परशरामाची खोली. सीताक्काच्या खोल्यांशेजारी त्या सटवीची वाटणी, तर तिच्याकडे पुढल्या भागात आलेल्या जागेशेजारी सीताक्काची एक खोली. एक देऊळ मात्र सलगपणे थोरल्या फाट्याकडे चालत होते. वडिलोपार्जित घर कधी विकले जाऊ नये म्हणून अशी विभागणी झाली होती खरी. ('शेवटचे हिरवे पान' 'जी. ए. कुलकर्णी)

आधुनिक मराठी कथेमध्ये सुटसुटीत वाक्यरचनेचा शैलीविशेष दिसतो. हा शैलीविशेष व्यक्तिनिष्ठ नाही. १९६० नंतरच्या कथा-कादंबऱ्यांत तो अनेक ठिकाणी दिसतो.

(२२) व (२३) ची तुलना उद्बोधक ठरेल. जी. एं. च्या कथेतील वर्णन बऱ्याच प्रमाणात सीताक्काच्या नजरेतून केलेले वर्णन वाटावे असे आहे. आपण', 'सटवी' यासारखे शब्द त्याला पूरक आहेत. सासण्यांचे वर्णन हे जलसाबाईंच्या दृष्टीतून केलेले नाही. शहाजीराजांचा संदर्भ, 'कुणी म्हणत', 'ज्याला शक्य आहे' सारख्या रचना, 'सूर्य उगवला' सारखी त्रयस्थाने केल्याप्रमाणे

असणारी वर्णनाची सुरुवात या गोष्टी स्पष्टपणे कादंबरिकेबाहेरच्या निवेदकाचा निर्देश करतात. वाचकाशी जवळीक साधत लेखक-निवेदक कथेतील वास्तवाचे जाळे विणू शकतो किंवा मुख्य पात्राच्या दृष्टिकोनातून ते टिपत निवेदन करू शकतो. दुसऱ्या प्रकारच्या निवेदनाने कथेचा कोश बंदिस्त व जास्त विश्वासार्ह वाटतो. जी. ए. अनेकदा या मार्गाने निवेदन करतात. सासणे 'दूर तेथे दूर तेव्हा' आणि 'सर्प' या दोन्ही कादंबरिकेमध्ये पहिला मार्ग स्वीकारतात. जी.एं.च्या कथेतील 'आयुष्याला गाठी मारल्याप्रमाणे असणारी गंजलेली... कुलुपे' ही उपमा वरकरणी छान वाटते. पण नीट विचार केला तर सीताक्काला सुचणारी ही उपमा असेल असे वाटत नाही. लेखकाच्या दृष्टीला, लेखकाच्या कारागिरीला कित्येकदा आपण दाद देतो. जी.एं. च्या कथांमध्ये अशा विलक्षण उपमा असतात. 'जपाची माळ ओढत दिवस काढत असल्याप्रमाणे जगत असलेल्या सीताक्कांच्या जीवनात त्याचा मात्र ठसठसणारा ठेका राहिला' किंवा 'ती भुताप्रमाणे आडवी झाली' किंवा 'एखादी भिंत कोसळत असता भीतीने असहाय्य होऊन पाहावे, त्याप्रमाणे सीताक्का पाहतच राहिली' किंवा 'तिने... बोटे अशी करकचून आवळली की ते बटबटीत हावरे डोळे त्या चेहऱ्यातून बियांप्रमाणे बाहेर पडले' यामध्ये उघडपणे निवेदक हा लेखक असल्याने यातील उपमा विश्वासार्ह वाटतात. पण लेखक जेव्हा हे कवित्व सीताक्कासारख्या फारसे न शिकलेल्या जादूटोण्यावर विश्वास असणाऱ्या, जगापासून तुटून एकाकी राहणाऱ्या, उरात मुलाच्या मृत्यूची वेदना सतत बाळगणाऱ्या सीताक्काच्या मनोभावात घालतो तेव्हा त्या उपमा कितीही सुंदर वाटल्या तरी त्या बाहेरून लादलेल्या वाटतात; 'पाहता, पाहता फुंकर मारल्याप्रमाणे माणसे पांगली', 'ओझ्याप्रमाणे जाईल तेथे सोबत येणारे अंग', 'तिचे निशिगंधाच्या कळीसारखे पाय फिरू लागले', 'मग कुणीतरी त्याला आकसाने शेंदूर घातला व त्याचा आवाज जुन्या झाडणीप्रमाणे चिंबलेला फुटका झाला', 'देवळाच्या सोप्यावरून चौकट धरत धरत पार्वती एखाद्या अजस्र ओगळ पांढऱ्या खेकड्याप्रमाणे वाकडीवाकडी येत होती', 'आता हे शेवटचे हिरवे पान गळून गेल्याप्रमाणे सीताक्काला एकदम फार उघडे एकाकी वाटू लागले' ही याची उदाहरणे, जी. एं. च्या आधीच्या आणि समकालीन लेखकांचे कथा-लेखन हे बारीकबारीक तपशील देत, मनाचे पापुद्रे उलगडत असल्याचा भास निर्माण करणारे असे होते. त्यात काव्यमयता क्वचितच होती. जी.एं. ची कथा त्यांच्या काळात थोर वाटली ती त्यातील अशा विलक्षण उपमांमुळे किंवा 'ठसठसणारा ठेका', 'कंटाळवाणा दिवसांचा डोंगर', 'शरीरभरची वेदना', 'कोरडी

उत्सुकता', 'थिजलेला डोळा' अशा चमत्कृतिजन्य शब्द-साहचर्यांमुळे. कधी कधी 'दहीभाताच्या बुत्तीसारखा भाऊ' अशा पात्राच्या जाणिवेला साजेलशा उपमा येतात. पण बऱ्याचवेळा त्या लेखकाच्या जाणिवेच्या भाग असतात. सामान्य वाचक या चमत्कृतीत चक्रावतो पण चाणाक्ष वाचकाला त्यातील उपरेपणा किंवा त्यामागची बाह्य सजावट जाणवते.

पात्राच्या जाणिवेनुसार वर्णन - निवेदन करणे अवघड असते. पात्राचा तोल आणि आपला तोल यात गल्लत करण्यात अनेक लेखक फसतात. शेक्सपिअरसारखा एखादाच केवळ पात्राच्या जाणिवेतून पाहूनही काव्य पकडू शकतो. दोस्तयेवस्कीसारखा लेखक अत्यंत ताकदीने फक्त व्यक्तिरेखेची जाणीव निवेदनात राखू शकतो:

He had drifted into sleep; it seemed strange that he could not remember how he came to be in the street. It was already late. The twilight had deepended, the full moon was shining brighter and brighter; but the air was particularly stifling. The streets were crowded with people going home from work or out for a walk; there was a smell of lime, and dust, and stagnant water. Raskolnikov was melancholy and anxious; he recollected clearly that there was something he must hasten to do, but he could not remember what it was. Suddenly he stopped seeing on the opposite pavement a man standing and waving to him. He crossed the street towards him, but the man turned abruptly and unconcernedly walked away, with lowered head, without looking back or giving any sign that he had summoned him. 'Did he really call me?' wondered Raskolinkov but began to follow. After some ten paces he suddenly recognized the stoop-shouldered stranger in the long robe, and was terrified.

(Crime and Punishment. पृ. २६५)

(अल्बर्ट कामू या फ्रेंच लेखकाच्या १९४६ मधील कादंबरीचे 'द आऊटसाइडर' हे इंग्रजी भाषांतर झाल्यावर व विशेषत: त्याला १९५७ मध्ये नोबेल पारितोषिक मिळाल्यावर.)

स्क्रिझोफेनिया झालेल्या व्यक्तीबाबतचे हे वर्णन-निवेदन आहे. रस्त्याचे वर्णन

कदाचित व्यक्तिरेखेच्या जाणिवेतून झालेले असेल, नसेल. पण पुढचे सारे वर्णन साऱ्या हालचाली कोणतेही अलंकारिक शब्द न वापरता पण स्क्रिझोफेनिया झालेल्या माणसाला साजेसे. सासण्यांसारख्या लेखकाने या अंगाने प्रयत्न केला आणि त्यांच्यात ती क्षमता असावी असे वाटते—तर त्यांचे लेखन अधिक परिणामकारक होईल.

'घरावर रात्र आणि पिंपळ सळसळत राहिली' (पृ. १५८-१५९) यासारखी वाक्यरचना-चमत्कृती अभावाने का होईना पण वापरली जाते. 'लालसेची वात पेटणे' (पृ. १५४), 'काच फुटावी तसे हसणे' (पृ. २००), 'प्राक्तनाच्या धारेत पडलेलं अपरिहार्य पान' (पृ. २२३) यासारख्या तुलना 'लंगडी असहायता' (पृ. १६०), 'नि:शब्द पोकळी' (पृ. १५०), 'तटस्थ उदासीनता' (पृ. १९६) 'अमानुष संयम' (पृ. १५२) यासारखी शब्द-साहचर्ये सासणे वापरतात. पण त्यांचे प्रमाण कमी आहे. अर्थात हे सर्व लेखकाच्या जाणिवेचे भाग म्हणूनच येतात. 'टाचा घासणे', 'टुकूटुकू जगणं', 'धारदार नजर', 'डुंगण आपटणे' यासारखे शब्दप्रयोग पुनरुक्त होतात. जलसाबाईच्या बोलीच्या खुणा 'व्हायलं', 'दाखवायलेत', 'ग्यायलेलं', 'छळायलेत' यासारख्या क्रियापद रूपातच फक्त दिसतात. अन्यथा ती प्रमाण भाषेतच बोलते.

प्रतीकांचा वापर ही एक शैली क्लृप्ती आहे. ती वापरताना दोन काळज्या घ्याव्या लागतात. एक, ते प्रतीक टप्प्याटप्प्याने ठसठशीत करावे लागते. दोन, त्याच्यातून व्यक्त होणारा भाव, हा स्थिर पण अनेक पदरी असावा लागतो. 'टंगस्टनची तार', 'सूर्यफूल', 'वानर', 'सर्प', पाकोळ्या', 'बाहुली', 'कवटी', 'गवतफूल चिरडणे' अशी अनेक प्रतीके सासणे वापरतात. सर्प हा मोहाचा सर्प, पाप जागृतीचा सर्प, मृत्यूकडे नेणारा मार्ग असे प्रतीकांचे अर्थ लेखक स्पष्ट करीत जातो.

'सर्प' या कादंबरिकेचा विषय सामान्य आयुष्य जगणाऱ्या, एरवी पापभीरू असणाऱ्या माणसाने या सामान्यत्वातून बाहेर पडण्यासाठी केलेली केविलवाणी धडपड असा दिसतो. जीवनाचे क्षुद्रत्व, त्याचे अर्थहीनत्व थोड्याफार फरकाने सर्वांनाच जाणवते. सामान्य माणसाची वेदना, त्यातून बाहेर पडण्यासाठी त्याने केलेली केविलवाणी धडपड, नियतीचा आवळत जाणारा घट्ट पाश, जादूटोणा, गूढता यांचे मानवी जीवनाशी नाते, हे विषय जी. एं. च्या कथांमध्येही दिसतात. सासणे आणि जी. ए. यांच्यात विषय, सुटसुटीत वाक्यरचना, काही प्रमाणात उपमा, गूढ वलय निर्माण करण्याचे प्रयत्न यामध्ये सारखेपणा दिसतो. पण जी.

एं. च्या कथेतील उत्कट पण एकेरी टोकदारपणा सासण्यांच्या कादंबरिकेत दिसत नाही. सासणे पात्रांच्या जीवनाचे धागे विभिन्न दिशांना पसरत जातात. सत्यभामाबाई, जलसाबाई, भावटणकर, महादेवअप्पा यांच्या जीवनाचे धागे कादंबरिकेच्या अंती समान दिशेने पसरत नाहीत. मानवी जीवनाचा एका ठराविक मुशीतून विचार न करण्यात कृत्रिमता टळते. भाटवणकर, गोरखनाथ, व जलसाबाई ही पात्रे पाहिली तर त्यांना एका समान सूत्रात बांधता येणार नाही. गोरखनाथचा बेछूटपणा, गुंडगिरीतील स्वत:विषयीची असहाय्य जाणीव भाटवणकरात नाही. भाटवणकरांची गुंडगिरी प्रवृत्ती ही प्रथमत: स्वत:ची सुरक्षा पाहणारी, दिलदारपणाचा अभाव असणारी, भित्रेपणा व धूर्तपणा यांचे मिश्रण असलेली. गोरखनाथाला काही मिळवायचे नाही. त्याचे प्रतिष्ठित जगातले स्थान केव्हाच ढळलेले. भाटवणकर प्रतिष्ठितपणाच्या बुरख्यामागे दडणारे, मनाने पराभूत होत जाणारे, तर जलसाबाईला या सर्वातील व्यर्थता जाणवलेली. जगताना बंडखोर म्हणून उभी राहिलेली जलसाबाईची मानसिकता संघर्षापेक्षा सात्त्विकतेला कवटाळणारी. ही तीनही पात्रे परस्परांशी संबंध न ठेवता वेगळ्या दिशेने जाणारी आहेत. मानवी जीवनातील ही स्वयंभू विभिन्नता सासणे ओळखतात. मांडतात. यातून एकांगीपणा, एकारलेपणा टळतो. चांगल्या कादंबरीकाराला आवश्यक असणारा हा गुण सासण्यांकडे आहे. फक्त या बहुमिती दमदारपणे येत नाहीत.

-०-०-०-

. ३ .

'राहीच्या स्वप्नांचा उलगडा'

.१.

'राहीच्या स्वप्नांचा उलगडा' ही १३२ पृष्ठांची कादंबरी २००२ मधली. कादंबरीच्या शीर्षकावरून ही मनोविश्लेषणावर आधारलेली कादंबरी असावी असा समज होण्याचा संभव आहे. राहीचे स्वप्न, त्यामागचे तिचे अर्धजागृत मन, जागृतावस्थेत त्याचा अर्थ लावण्यासाठी तिने केलेले प्रयोग यासारख्या गोष्टी कादंबरीत आहेत. पण त्याचा मनोविश्लेषणाशी संबंध नाही. स्वप्ने सत्यात उतरवावी लागतात असा एक व्यावहारिक निष्कर्ष फक्त पुन्हापुन्हा मांडला जातो. राही ही तिच्या वडिलांवर झालेल्या अन्यायाचा, त्यांच्यावर घेण्यात आलेल्या आर्थिक अफरातफरीच्या आरोपाचा निचरा करण्यासाठी जुन्या घरी येते. या घरात तिला ज्या पुराव्यांचा शोध घ्यायचा आहे, त्या शोधयात्रेबाबत तिला काही स्वप्ने पडत असतात. स्वप्नातील स्थळ, परिसर हा या घरातील स्थळांशी, परिसराशी जुळतो. वडिलांवरील संशयाचे सावट दूर करण्यासाठी त्यांनी लिहिलेली डायरी तिला शोधायची आहे. या डायरीचा शोध घेताना येणाऱ्या अनुभवातून तिला स्वतःचा शोध लागतो, असाही एक दावा कादंबरीत पहिल्यापासूनच करण्यात येतो. मात्र तो धूसर राहतो—मुद्दाम धूसर ठेवण्यात येतो. धूसरता आणि तज्जन्य गूढता हा सासण्यांचा आवडीचा विषय आहे. 'दूर तेथे दूर तेव्हा', 'सर्प' आणि 'राहीच्या स्वप्नांचा उलगडा' या तीनही कादंबऱ्यांत ही धूसरता व गूढता समान आहे. कथानकाचे काही धागे तार्किकतेकडे न जाण्याचा दोष यामुळे झाकला जातो. सर्व व्यक्तिरेखांची सर्व प्रसंगांची एक-केन्द्रवर्ती गुंफण करण्याचे यातून टाळता येते. विसाव्या शतकातील अतिवास्तववादी युरोपिअन लेखनाचा हा भाग अल्बर्ट कामू या फ्रेंच लेखकाच्या १९४६ मधील कादंबरीचे 'द आऊटसाइडर' हे इंग्रजी भाषांतर झाल्यावर व विशेषतः त्याला

१९५७ मध्ये नोबेल पारितोषिक मिळाल्यावर मराठी लेखनात काही काळापुरता नवीन चूस म्हणून आला. 'राहीच्या स्वप्नांचा उलगडा' ही कादंबरी मात्र संपूर्णपणे अतिवास्तववादी नाही.

सुमारे ३३ भागांची रचना या कादंबरीत आहे. 'सर्प' प्रमाणे यात घटना प्राधान्य नाही. पण 'सर्प' प्रमाणे हिचा शेवट काही प्रमाणात रहस्यकथेप्रमाणे उत्कंठा ताणतो. किंवा एखाद्या रहस्यकथेप्रमाणे राही अपेक्षित पुरावे मिळवत जाते. 'दूर तेथे दूर तेव्हा' प्रमाणे या कादंबरीत संथपणा आहे. गूढ प्रतिकांचा वापर आहे पण 'दूर तेथे दूर तेव्हा' प्रमाणे हिचा शेवट अचंबित करणारा नाही.

बाळासाहेबांचा वाडा एखाद्या जहागीरदाराच्या वाड्यासारखा मोठा, विस्तृत, जुन्या बांधकामाचा. वाड्याचे अनेक भाग वापरात नसलेले. बाळासाहेब, त्यांच्या आईसाहेब व गरोदर पत्नी हे तिघे त्या वाड्यात राहतात. महाकाळ नावाचा एक नोकर, एक डॉक्टर व लेले हे तिघे वाड्यात सतत सोबतीला असतात. भाऊसाहेब हे बाळासाहेबांचे सावत्र भाऊ—वडिलांच्या पहिल्या बायकोचे पुत्र—एके दिवशी या गूढ वाड्यातून पत्नीसह निघून जातात. पैशाच्या अफरातफरीचा त्यांच्यावर आळ. त्यांच्या मृत्यूनंतर त्यांची मुलगी राही ही तो आळ पुसणारा पुरावा वाड्यात शोधायला येते. हा पुरावा म्हणजे भाऊसाहेबांची डायरी—राहीला ती करत असलेल्या प्रयत्नांची स्वप्ने पडतात. त्या स्वप्नांचा आधार घेत ती सर्व वास्तू धुंडाळते व अखेर तिला ती डायरी मिळतेही. आईसाहेब मरतात, बाळासाहेबांची पत्नी बाळंत होऊन वाड्याला वारस असणारा मुलगा जन्मतो. राही ही सर्वांचीच मैत्रीण बनते. डायरीचा शोध घेताना तिला स्वतःचा शोध लागतो.

पहिल्या प्रसंगातच कादंबरीचा विषय सांगितला जातो; स्वप्नं सत्यात उतरवणे. राहीला स्वप्नात नेहमीच धुके, विवर, अंधार, मागून येणारी दोन बिनचेहऱ्याची माणसं दिसतात—तिच्याकडे वासनात्मकतेनं पाहणारी. या स्वप्नस्थळाचा रंग निळा.

दुसऱ्या प्रसंगाचे स्थळ भौगोलिक खाणाखुणा नसलेला एक प्रचंड मोठा वाडा. मुख्य ओळख करून देण्यात येते ती बाळासाहेबांची. ते वयस्कर, हार्ट अॅटॅक येऊन गेलेले, अंगाने स्थूल, कबुतरांचा नाद असणारे, कुलदीपकाची आस लागलेले, म्हणून गरोदर पत्नीच्या धारदार नजरेतील तिरस्काराला घाबरणारे. तिला राही येणार असल्याची बातमी सांगून ते मागे फिरतात. बाळासाहेबांना स्वप्नं पडतात भाऊसाहेबांची. पत्नीच्या खोलीपुढे आईसाहेबांची खोली. दोघांतील संवाद चमकदार, काही सूचक वाक्यप्रयोग. पण मुख्यतः त्यातून माहितीच

मिळते. जराजर्जर आईसाहेबांना या वयातही स्वत:च्या सौंदर्याचा अभिमान, ते राखण्याचा हव्यास. बाळासाहेबांचं संस्थान आता ट्रस्टच्या अखत्यारीत. नथ्थूराम त्याचा अध्यक्ष— कबुतरवाला, पण बाळासाहेबांचा वैरी. संस्थानच्या दत्तमंदिरात पावा वाजवणारा एक गोसावी आलेला. त्याला काय हवे, राहीला काय हवे याने बाळासाहेब चिंतित. संपूर्ण हवेलीत सोनेरीमिश्रित चंदेरी प्रकाश. दिवाणखान्यात थिजलेल्या डोळ्यांच्या रानगव्याचं प्रचंड मस्तक लावलेलं. नोकर महाकाळ येतो, लुटुपुटीच्या शिव्या खातो. हवेलीत सतत येणाऱ्या डॉक्टरच्या आगमनाची वार्ता देतो.

बाळासाहेब आतून रिक्त. तिसऱ्या प्रसंगात डॉक्टर येतात. बुद्धिबळ खेळतात. एरवी बाळासाहेबांशी बुद्धिबळ खेळणारे लेलेही येतात. डॉक्टरांनी नाटक लिहिलेलं; भद्रपुरुष व सर्पाचं. नाटक करताना चेहऱ्यावर घालायचे दोन मुखवटे लेले घेऊन आलेले. नाटकाचं वाचन चालू असतानाच वरून वहिनीसाहेब करुणपणे ओरडतात. त्याचवेळी राही दार उघडून आत येते.

चौथा प्रसंग राही-आईसाहेबांच्या प्रथम भेटीचा. संस्थानचं गाव निर्मनुष्य, धुकं पसरलेलं. आईसाहेब सुंदर, त्यांच्या काळातल्या शिकलेल्या अशा. राही आपण पैसे मागायला आलो नसून वडिलांवरचं किटाळ दूर करायला आलो आहोत असे सांगते. त्यांची जमाखर्चाची वही तिला शोधायची आहे.

पाचव्या प्रसंगात राहीला वाड्याची विशाल पोकळी जाणवते. उशिराने पडलेल्या स्वप्नात आपण खोल पायऱ्या उतरत आहोत असे दिसते. पण स्वप्न भीतीदायक नाही.

सहाव्या प्रसंगात बाळासाहेब राहीला वाड्याचा काही भाग दाखवतात. विखारी डोळ्यांचे डॉक्टर व उदासीन लेले त्यांच्या सोबत. भाऊसाहेबांवर झालेल्या अन्यायाबाबत बाळासाहेब गप्प. पण मग ते कबुतरांबाबत मनापासून बोलतात.

सातव्या प्रसंगात राही-डॉक्टर यांच्या संभाषणातून राहीची माहिती दिली जाते. डॉक्टरांनी तिला लहानपणी पाहिलेली. भाऊसाहेबांची ही मुलगी एम. ए., लग्न मोडलेली, सगळ्यांना राहीशी संवाद हवा आहे. डॉक्टरांना आपली बुद्धिमत्ता या खेड्यात, या वाड्यात गंजली आहे असे वाटते. राहीला विवरांची, पायऱ्या उतरून खाली जात असल्याची स्वप्नं पडतात. डॉक्टर तिच्या स्वप्नांचा अर्थ लावण्याचे मान्य करतात. डॉक्टर नाटकं लिहितात. राही त्यांच्या नाटकात काम करायला तयार. डॉक्टर हे सटाण्याचे. बाळासाहेबांचे संस्थान सटाण्याचे.

बाळासाहेबांचे वडील नाटकवेडे. आनंद नाटक मंडळी इथलीच. नाटकाचे पडदे, पोषाख तळघरात आहेत असे डॉक्टर म्हणतात. राहीला तळघराची प्रथमच माहिती मिळते. भाऊसाहेबांनी सर्व लिहून ठेवल्याचे, भाऊसाहेबांनी ट्रस्टला सांगितल्याचे डॉक्टरांना आठवते.

आठव्या प्रसंगात बाळासाहेब एकटे बसलेले. वंशवृक्ष वाढेल का या व दुसरा हार्ट ॲटॅक कधी येईल या चिंतेत. वहिनीसाहेब वरून राहीला आपल्याकडे का आणलं नाही म्हणून विचारतात. त्यांच्या मनात प्रचंड दु:ख. पण लेले आल्याने न बोलताच त्या जातात. हवेलीत सोनेरी, चंदेरी प्रकाश. गव्याचा चेहरा मग्रूर.

नवव्या प्रसंगात लेले व बाळासाहेब बुद्धिबळाचा खेळ सुरू करतात. नथ्थूराम व लेले राहीवर लक्ष्य ठेवून. बाळासाहेब गेल्यावर राही येते. लेल्यांना ती अद्भुत देवीसारखी भासते. त्यांच्या संवादातून लेल्यांची माहिती: ते फिलॉसॉफी व सोशिऑलॉजीचे अभ्यासक. पण इथे त्याला किंमत नाही. म्हणून मनात एक कडवटपणा. त्यांना भाऊसाहेब माहीत पण वही कुठे असेल माहीत नाही. डॉक्टर स्त्रीविषयक गुन्ह्यात अडकलेला, सामान्य बुद्धीचा माणूस. आईसाहेबांना कदाचित वहीची माहिती असेल असे लेले म्हणतात. वही शोधणं हा आत्मशोध इति राही. गवा स्तब्ध.

दहाव्या प्रसंगात राहीचं स्वप्नं सांगितलं जातं. ती एका चिंचोळ्या जागेतून चालली आहे. हातात मेणबत्ती. मागे दोन माणसं.

अकरावा प्रसंग राही-आईसाहेब यांच्या दुसऱ्या भेटीचा. आईसाहेबांना हवेलीतले सर्वजण कैदी वाटतात. त्यांना मरायचे नाही आहे. डायरीबाबत बोलण्याचे त्या टाळतात. त्या राहीला एक फोटो दाखवतात—त्यांचा व राहीच्या आईचा. भाऊसाहेब सावत्र पण आईसाहेबांशी चांगले वागत. आईसाहेब तरुणपणी वादविवाद स्पर्धेत भाग घ्यायच्या. भाऊंच्या लग्नाला त्यांचा विरोध नव्हता. आवडत्या पुरुषापासून स्त्रीला मूल होऊ देणं यात गैर काही नाही. हे त्यांचे मत. उलट नावडत्या पुरुषाला नाकारण्याचाही अधिकार स्त्रीला हवा. वहिनीसाहेब राहीला बोलवायला येताच आईसाहेब रागाने ओरडतात. बाहेर वारे, धुके.

बारावा प्रसंग राही व वहिनीसाहेब यांच्या गुजगोष्टींचा. 'इथे फुलं सुकतात' सारखी सूचक, चटपटीत वाक्ये वहिनीसाहेब बोलतात. आईसाहेब या वाईट आहेत असं त्या राहीला सांगतात, त्या इतरांचं तारुण्य शोषून घेतात. त्या मग राहीला घर दाखवतात. यातला काही भाग राहीच्या स्वप्नात आलेला. हवेलीमागच्या

दत्ताचं मंदिर दोघी पाहतात. तिथला गोसावी पावा वाजवतो. वाटेत कुणी न उघडायचा एक दरवाजाही त्या दाखवतात. महांकाळेश्वर त्यांच्या मागावर आहे हे दोघींना कळते.

तेराव्या प्रसंगात राही दत्तमंदिरात जाते. सर्व वातावरण धुक्याने वेढलेले. पावा वाजवणारा गोसावी हा एक पोरगेलसा माणूस. बालवधूत नावाचा. तो तिसऱ्यांदा येथे आलेला. राही त्याला स्वत:चे मिशन सांगते. तोही त्याच्या गुरूंच्या गुरूची इथे असलेली तलवार, एक कवटी व एक यावनी ग्रंथ शोधायला आला आहे. तो पावा वाजवतो, तो या वस्तू बाळासाहेबांनी घ्याव्यात या हट्टासाठी. त्याची भाषा थोडीशी ग्रामीण. राही आपल्या शोधात त्याच्या वस्तू सापडल्या तर त्या घेईन असे म्हणते. तो तिला पुन्हा नक्की भेटणार. कदाचित तिच्या पोटी जन्म घेणार. महांकाळ मंदिरात स्वत:च्या पापाची क्षमा मागायला येत असतो, असेही गोसावी सांगतो.

चौदाव्या प्रसंगात बाळासाहेब व लेले बुद्धिबळ खेळत बसलेले. डॉक्टर एक लठ्ठ नर्स घेऊन येतात. त्यांनी एक एकांकिकाही लिहिली आहे. सर्वत्र गुलाबी प्रकाश. डॉक्टर लेल्यांना मोती वेचणाऱ्या राजहंसाचा अभिनय करायला लावतात. बाळासाहेब निघून जातात. रानगव्याचे विशाल मस्तक त्यांना दयाळू वाटते. राही येते.

राही दप्तरखाना शोधून येते. काही सापडत नाही. चंद्रप्रकाश. लेले राजहंस होऊन पडलेले. डॉक्टर लेले हे फ्रॉड आहेत असे सांगतात. स्त्रीविषयक गुन्ह्यात अडकलेले. राही त्यांना आपण घोड्यावर दौडतो आहोत असं स्वप्न पडल्याचं सांगते. डॉक्टर त्याचे विश्लेषण करतात. दुसऱ्या स्वप्नात ती पोकळीत अडकलेली कुठलेतरी वाद्य तिला ऐकू येते—बहुधा पावाच.

सोळावा प्रसंग रात्रीचा. दत्तगुरूचा घोष ऐकू येतो. लेले जाग्यावरच झोपलेले. राही व डॉक्टर दोघेच. राहीला आपण स्वत:चा शोध घेतोय असे वाटते. डॉक्टर राहीभोवती फिरतात. ती थोडी भयभीत. फुलांचे वास वातावरण डुचमळतात. राही स्वप्न सांगते, पोकळीत अडकल्याचं. एक बिनचेहेऱ्याचा माणूस तिच्याकडे वासनेने पाहतो आहे. राहीची आई व वडील अचानक ही हवेली सोडून गेले. नक्षीची खिडकी, पडदे हे स्वप्नात पाहिलेले संदर्भ इथे हजर. डॉक्टर पोकळी म्हणजे वूम्ब असं म्हणतात. स्वप्नात राही हातात मेणबत्ती घेऊन पायऱ्या उतरते. दोन बिनचेहेऱ्याची माणसं तिच्यामागे. एक कबुतर पाठीवर बसते. असे स्वप्न बाबा गेल्यापासून जास्त पडायला लागले. डॉक्टर लग्न

मोडलेल्या मुलाने राहीला स्पर्श केला होता का विचारतात. केला होता. आईची जात वेगळी म्हणून लग्न मोडले. स्वप्नातून पुढे काय घडणार याची सूचना मिळते. म्हणून राही डॉक्टरांना स्वप्नाचा अर्थ विचारते. डॉक्टर स्वप्न घडवावी लागतात असे म्हणतात. 'सैतानाची कैफियत' या त्यांच्या नव्या नाटकातील स्क्रिप्टचा भाग वाचतात.

सतराव्या प्रसंगात महांकाळेश्वर आईसाहेबांनी बोलावल्याचा निरोप राहीला देतो. डॉक्टर व लेले इथेच जेवतात, नाटक करतात, रडतात, असेही तो सांगतो.

अठरावा प्रसंगात राही-आईसाहेबांच्या भेटीचा. आईसाहेबांना सुंदर दिसायचे आहे, अजून जगायचे आहे. त्यांना भाऊने लिहिलेली डायरी माहीत, ती कुठे आहे, हेही आठवलं. पण राही येईपर्यंत विसरलं. पण ते सांगितल्याशिवाय त्या मरणार नाहीत, असं त्या म्हणतात. मग त्या स्त्रीमुक्ती चळवळीविषयी बोलतात. बाई मुक्त नाहीच. संभोग हाही दुःखदच—अगदी प्रिय माणसाबरोबर केलेलाही. आईसाहेबांना मृत्यूचा रंग जांभळा वाटतो. मृत्यू हीच खरी मुक्ती. धुक्याची थंड रात्र.

एकोणिसावा प्रसंग दुसरे दिवशी दुपारचा. बाळासाहेब व लेले बुद्धिबळ खेळताहेत. नथ्थूराम ट्रस्टचा अध्यक्ष होता कामा नये, असे ते लेल्यांना बजावतात. राहीला अद्याप काही सापडले नसल्याचे लेले सांगतात. महिरपी खिडकी कोण उघडते याचा पत्ता नाही. बाळासाहेबांना वारसासाठी मुलगा हवा. महांकाळेश्वर येतो. बाहेर धुके अन् जिन्यात चंदेरी प्रकाश. नथ्थूराम मुंबईला मुलाकडे वारल्याचे महांकाळेश्वर सांगतो. राही येते. बाळासाहेब तिला वही अस्तित्वातच नसल्याचे सांगतात. वही असण्याबाबत राही ठाम. वडिलांची बदनामी तिला पुसायची आहे. डॉक्टर येतात. आईसाहेबांची तब्येत नॉर्मल पण लक्ष ठेवण्यासाठी सरस्वतीबाई ही लठ्ठ नर्स त्यांनी आणलेली. डॉक्टर मॉकट्रायल करायची ठरवतात. लेले बाळासाहेबांचे वकील. राही प्रथम चिडते पण मग निश्चयाने सामना करायचे ठरवते. रानगवा जज्ज. बाळासाहेब आरोपी. बाळासाहेब डिंगोळकर आपल्याला संस्थान टिकवता न आल्याचं म्हणतात. राही भाऊसाहेबही वारसदार असल्याचे सांगते. पण तिचा मुद्दा नैतिक. भाऊसाहेबांवर तीन आरोप असल्याचे ती सांगते. एक, त्यांनी जमिनीचा गैरव्यवहार केला. दोन, त्यांनी हलक्या जातीच्या बाईशी विवाह केला. तीन, ते पळून गेले. भांडण नको म्हणून. बाबांची डायरी सापडली की सर्व पुरावा स्पष्ट होईल. राही आपण स्वप्नातही शोधत असतो, असे सांगते.

तिला रागाने भोवळ येते. डॉक्टर तिला सावरतात. वहिनीसाहेब वरून 'काय झालं?' विचारतात. एक गडीमाणूस नथ्थूरामाची बॉडी आणल्याचे सांगतो.

विसाव्या प्रसंगात राहीची मॉक्ट्रायल स्वप्नावस्थेत चालू राहते. जज्ज गवा राहीला तळघरातून कागदपत्रे शोधून पुरावा आणावा असे फर्मावतो.

एकविसाव्या प्रसंगात नर्स सरस्वतीबाई राहीला इंजेक्शन देते. राहीला ग्लानी व स्वप्न. पण हे स्वप्न भोवती वावरणाऱ्या माणसांचं.

बाविसाव्या प्रसंगात राही लेले व डॉक्टरांसह दप्तरखान्यात. काही न सापडल्याने सर्व दिवाणखान्यात येतात. धुकं. खिडकी बंद. ट्रस्टचे भाऊसाहेबांना पुरावा सादर करा असे सांगणारे पत्र फक्त राहीला मिळते. ती डॉक्टरांना ते मदत करणार असल्याची आठवण करून देते. मॉक्ट्रायल हे चांगले कॅथार्सिस होते असे डॉक्टर म्हणतात. राही आपल्याला स्वप्नात जे दिसते ते पुढे प्रत्यक्षातही दिसते असे म्हणते. अर्धजागृत मन जे दाखवतं ते कृतीत आणले पाहिजे, असे डॉक्टर म्हणतात. स्वप्नातली सिच्युएशन निर्माण करायची असे डॉक्टर म्हणतात.

तेविसावा प्रसंग रात्रीचा. आईसाहेब शांतपणे झोपल्याचे राही पाहते. राहीला आठवतात बाबांचे डोळे आणि स्वत:ची जबाबदारी. अर्धवट झोपेतून तिला जाग येते तेव्हा वहिनीसाहेब विमनस्कपणे जिना उतरताना दिसतात. खराब हवामान. दार लावून ती झोपते.

चोविसावा प्रसंग दुसऱ्या दिवशीचा. डॉक्टर लेले व राही एकत्र. बाळासाहेब नथ्थूरामाच्या घरी समाचाराला गेलेले, नर्स वहिनीसाहेबांवर लक्ष ठेवायला. स्वप्न सत्यात उतरवण्याचे डॉक्टर ठरवतात. राहीने मन एकाग्र करून स्वप्न पाहण्याची कल्पना करायची. अर्धजागृत मनाला मोकळं सोडायचं. पोकळी पाहायची. राही डोळे मिटून चाचपडत चालते. डॉक्टर व लेले तिच्या मागून चालतात. राही एका चिंचोळ्या बोळात येते. ती टॉर्च लावते. मागची बिनचेहऱ्याची माणसं दचकतात. राही तळघराच्या तोंडाशी येते.

पंचविसाव्या प्रसंगात तिचं संमोहित चालणे चालू असते. बाळासाहेब, वहिनीसाहेब, आईसाहेब यांच्या खोल्यांवरून ती जाते. लेले व सरस्वतीबाई नाच करताना तिला दिसतात. बाहेर दाट धुकं.

सव्विसाव्या प्रसंगात राही दत्तमंदिरात येते. पुजारी रडतो. कारण त्याने देवाला शिव्या दिल्या आहेत. ती आईप्रमाणे त्याची समजूत घालते. आपण तळघरात जाणार असल्याचं ती सांगते. त्याची वस्तू सापडली तर तीही ती घेऊन येणार. पुजारी मंदिर सोडून निघणार आहे. पण तिला तो नक्की परत भेटणार

आहे. संन्याशाचा आशिर्वाद मिळवण्यासाठी त्याची वस्तू लपवायचा रिवाज. त्यातच तो ग्रंथ, कवटी व तलवार इथे राहिलेली. दुरून महांकाळेश्वर येताना ती पाहते.

सत्ताविसाव्या प्रसंगात राही आईसाहेबांकडे मागे येते. त्या गेलेल्या. त्या राहीला बोलवा असं म्हणत होत्या, असं महांकाळेश्वर सांगतो. त्या 'तळघर' असंही म्हणत होत्या. खाली दिवाणखान्यात शेतावरची माणसं जमू लागतात. लेले मरणाला भितात. सरस्वती नर्स राहीला बोलावतात—वहिनीसाहेबांच्या बाळंतपणामध्ये मदत करण्यासाठी. स्त्रीच्या वेदनांचे वर्णन. मुलगा झाल्याचं डॉक्टर सांगतात. मृत्यू व जन्म यांचा खेळ.

अठ्ठाविसाव्या प्रसंगात सरस्वतीबाई आपण नाचत होतो ते कुणाला सांगू नका, असे राहीला विनविते. राही वचन देते. वहिनीसाहेब राहीला मैत्रीण मानतात. राही आपण तळघरात जाणार असल्याचे त्यांना सांगते. वहिनीसाहेबांचा तिला पाठिंबा.

एकोणतिसाव्या प्रसंगात राही तळघरात उतरते. मागे डॉक्टर व लेले मुखवटे घालून. डॉक्टर तिला स्वप्नातल्यासारखे वागायला सांगतात. नैतिक गुन्हा करून वडील पळाले हा आरोप धुवून काढायचा राहीचा निश्चय. ते शोधणं हा आत्मशोध—आत्मभान—स्वाभिमानाचा शोध. डॉक्टर तिला स्वत:च्या मनाला अनुसरून काम करण्यास सांगतात. राही पोकळीतून विवरात पायऱ्या उतरते. 'आनंद संगीत मंडळी' ही पाटी सापडते. मग नाटकाचं काही सामान—मुकुट, कमरपट्टा, सिंहासन, निळे वस्त्र. पाच पायऱ्या उतरल्यावर एक संदूक सापडते. 'प्रत्येकाच्या मनात एक तळघर असते.' एक लठ्ठ उंदीर दिसतो. एका पेटीत कवटी, तलवार व मग ग्रंथराज सापडतो. पुढे एका पाईपवर सापही दिसतो. शेवटी राहीला जुने फोटो. हिशोबाच्या वह्या व बाबांची डायरीही सापडते. राही विजयी मुद्रेने वर येते तर डॉक्टर व लेले भयभीत, निराश, पराभूत व व्याकूळ.

तिसाव्या प्रसंगात कुणी न उघडलेला दरवाजा राही वहिनीसाहेबांसह उघडते. यातूनच तिचे आई वडील गेलेले—मागावर मारेकरी असताना. बाहेर धुके.

एकतिसावा प्रसंग दिवाणखान्यात. रानगवा निर्विकार. बाळासाहेब बंद खोलीत तर लेले, डॉक्टर गायब. बाहेर घोडागाडी तयार. राही नव्या दरवाज्यातूनच बाहेर पडते— आईवडील गेले त्या.

बत्तिसाव्या प्रसंगात सरस्वतीबाई, लेले व डॉक्टर नाचतात. ते विकारमय

पण नृत्य दु:खी. बाळासाहेब गैरहजर. मांजर कबुतर खाते. राही जाताना रानगवा हळूच स्मित करतो.

तेहतिसावा प्रसंग राही बाहेर पडल्याचा. तिच्यामागे कबुतरे.

.२.

या सर्व प्रसंगांची गुंफण कालानुक्रमी. सासणे बहुधा कालानुक्रमच वापरतात. राहीची मानसिक आंदोलने, तिची स्वप्ने, तिचे इतर पात्रांशी जुळलेले आपुलकीचे संबंध यासाठी कालानुक्रम बाजूला ठेवणे आवश्यक नसले तरी शक्य होते. कालानुक्रमाने बाह्य घटनांना प्राधान्य मिळते. तो बाजूला सारून कदाचित राहीचे मन, तिचे स्वप्न इत्यादी गोष्टी प्रधान करता आल्या असत्या. 'दूर तेथे दूर तेव्हा' मध्येही नारायणची मानसिकता लेखकाला प्राधान्याने दाखवायची आहे. अर्थात 'दूर तेथे दूर तेव्हा' पेक्षाही या कादंबरीत घटना कमी आहेत. घटना प्राधान्यापेक्षा पात्रांच्या काही विशिष्ट वृत्तीचे, मानसिकतेचे सढळ चित्र करणे हे कथेचे तंत्रच कादंबरीतही वापरले जाते. कथाकाराच्या सफाईदारपणे राहीभोवताली सर्व वर्णने, घटना, व्यक्ती केंद्रित करण्यात सासणे यशस्वी झाले आहेत.

या प्रसंगांच्या गुंफणीतला कालानुक्रम, खोलीतील अन्य घटना, हवेलीबाहेरचे जग यासारख्या बाह्यजगाचे तपशील टाळण्यासाठी कदाचित एकांडे गाव, सतत धुक्यात लपटलेली हवेली, हवेतील प्रकाश-अंधाराचा खेळ, पात्रांचे गूढरम्य संवाद, स्वप्नांची पुनरुक्ती यांचा वापर केला जातो. विशेषत: धुक्याने सारे लपेटले की, बाह्य वास्तव स्थिर होते व मनोवास्तवाला अवसर मिळतो. डॉक्टरांच्या डोळ्यांतली वासना, लेल्यांचा पापातून जन्मलेला भित्रेपणा, बाळासाहेबांची आपण निपुत्रिक राहण्याची भीती, वहिनीसाहेबांच्या डोळ्यांतील जळजळीत तिरस्कार, महांकाळेश्वरची हेरगिरी व त्यासह असणारी पश्चात्तापाची भावना, आईसाहेबांची तीव्र जीवन-लालसा हे मनोवास्तवाचे पदर पूर्ण न उघडल्याने त्यातही धूसरपणा येतो. या सर्वांवर कडी म्हणजे राहीच्या स्वप्नाची व तिच्या शोधयात्रेची संपूर्ण कादंबरीत एक गूढ अस्पष्टता राखण्यात सासणे यशस्वी झाले आहेत. प्रत्येक प्रसंगात एक गूढतेचा धागा आढळतो—कधी तो संवादातून दिसतो तर कधी निवेदनातून.

राहीची स्वप्ने हा या कादंबरीच्या विषयाचा कणा आहे. हा कणा जेवढा बळकट, जेवढा विश्वासार्ह तेवढा कादंबरीचा परिणाम सशक्त. स्वप्नांचा बाह्य

जगातील घटितांशी संबंध जोडणे हे एक या विषयातून आलेले आव्हान. ते समर्थपणे पेलता आले तर मराठी कादंबरीत सहसा न आढळणारे मानवी मनाच्या अथांग विलक्षणपणाचे दर्शन ही अशा तऱ्हेची कादंबरी घडवू शकते. कादंबरीकाराला हे आव्हान पेलवले का?

फ्रॉईडच्या मते अर्धजागृत मनाचे वर्म जाणून घेण्यासाठी स्वप्नांसारखा दुसरा मार्ग नाही. स्वप्न हा कामनेची पूर्ती करण्याचा मार्ग (ही कामना अनेकदा लैंगिक वासना असते, असेही फ्रॉईड म्हणतो.) याचा अर्थ स्वप्नातून आनंदपूर्ती होते असा नव्हे. तसे असते तर कोणत्याही स्वप्नातून भीती, पश्चात्ताप, भलतीकडे भरकटणे वगैरे झाले नसते. अंतर्मनातील गुप्त कामना स्वप्नाचा मुखवटा घेते.

स्वप्न ही अनेक प्रतिमांची शृंखला या रूपात पडते. स्वप्न आठवण्यात सर्वच प्रतिमा व्यक्तीला आठवतात असे होत नाही. व्यक्तीने शब्दबद्ध केलेल्या प्रतिमांचा अर्थ लावणे हे अवघड व जवळजवळ अशक्य असे काम आहे. मनात साचलेल्या अनावश्यक बाबींचा स्वप्नामुळे निचरा होतो. मन मोकळे होते. स्वप्न सांगणे व त्या शब्दबद्ध सांगण्यातून मनाचा ठाव घेणे, ही फार अवघड गोष्ट आहे.

मानवी मनाचा शोध कला, पुराणकथा, धर्म, तत्त्वज्ञान व स्वप्न यांच्या विश्लेषणातून घेता येतो असे युंग या मनोवैज्ञानिकाचे मत. केवळ स्वप्नावर भर देऊन मानवी मन समजणार नाही. फ्रॉईडच्या मते दबलेल्या भावना व वासना यांची कोठी म्हणजे माणसाचे निद्रिस्त मन. निखळ बुद्धिवाद व निखळ तार्किकता यांचा अतिरेक आधुनिक मानवामध्ये झाला आहे. अर्धजागृत मनाची कवाडे उघडणे म्हणून गरजेचे आहे. आध्यात्मिकता व बुद्धिवाद यांचा समतोल साधणे महत्त्वाचे आहे. युंगच्या मते फ्रॉईड व्यक्तिगत अर्धजागृत मनाचे विश्लेषण करतो. पण या व्यक्तिगत अंतर्मनामागे एक सामूहिक अंतर्मन असते. मानवी मन हे स्वभावत:च धार्मिक असते. त्याचा सखोल शोध घ्यायला हवा.

राहीची स्वप्ने, त्यांची पुन्हापुन्हा होणारी उजळणी, स्वप्नातून दिसणाऱ्या घटना प्रत्यक्षात घडविण्याचा प्रयत्न, स्वप्नानुसार प्रत्यक्षात घेतलेला तळघराचा शोध, स्वप्ने नीटपणे आठवतात हा दावा, हे सर्व मनोविज्ञानात बसणे अवघड आहे. स्वप्नातून संमोहनावस्था निर्माण होणे व त्या संमोहनावस्थेमध्ये वास्तवाचा शोध घेणे या गोष्टीचा व मनोविज्ञानाचा काहीही संबंध नाही. लेखकाने स्वतंत्रपणे निर्माण केलेले हे मानसशास्त्र आहे. मनोविश्लेषणाचा भास निर्माण करणारा डोलारा चाणाक्ष वाचकाच्या दृष्टीसमोर अल्पावधीतच कोसळतो आणि मग उरते

ते फक्त लेखक सांगतो म्हणून ऐकणे व गप्प बसणे.

साहित्य हे शास्त्रार्थ देण्याचे स्थळ नव्हे. साहित्यिक हा विषयतज्ज्ञही नव्हे. पण साहित्यातील वास्तवाला विश्वासार्हता आणण्याचे कसब साहित्यिकामधे असणे आवश्यक आहे. कादंबरीसारख्या प्रशस्त आकृतीबंधात ही विश्वासार्हता प्रयत्नपूर्वक आणावी लागते. 'बारोमास' मध्ये शेतकरी चळवळ येते पण त्या चळवळीमागचे बरे वाईट राजकारण येत नाही. शेतकरी तरुणाची उलघाल दिसते पण ती कौटुंबिक स्तरावरच भावनिक अंगाने स्थिरावते. 'पानिपत' मध्ये विश्वास पाटील युद्धपट कौशल्याने मांडतात. पण 'स्वामी'मध्ये मात्र भारतीय स्तरावरचे मराठा राजकारण अभावानेच दिसते. विषयवासनेचे प्रतिसाद निसर्गातील घटनांशी जोडल्यामुळे खानोलकरांच्या 'चानी' मध्ये फक्त कथेला शोभणारी अद्भुतता येते. 'चानी' ही कादंबरीपेक्षा दीर्घकथाच राहते. नेमाड्यांच्या 'बिढार' 'जरीला', 'झूल' मध्ये कादंबरीचा विस्तार शिक्षणक्षेत्रातील अनेक संदर्भांमुळे विश्वासार्ह वाटतो. पण पुरात पोहणाऱ्या माणसाप्रमाणे काठावरचे भराभर बदलत जाणारे व स्वत:च्या नियंत्रणाबाहेर असणारे संदर्भ फक्त दिसतात व वाचक पुढे रेटला जातो. 'राहीच्या स्वप्नांचा उलगडा' या कादंबरीला वेग नाही. स्थैर्य भरपूर आहे. त्यामुळे स्वप्ने, बाह्य जग व राहीचा शोध यांचा परस्परसंबंध कौशल्याने जोडण्यास लेखकाला भरपूर वाव होता. पण कोणतेही मनोवैज्ञानिक संदर्भ किंवा तशी पोक्त दृष्टी कादंबरीच्या मांडणीत नाही. रानगव्याचे डोके, नक्षीदार खिडकी, प्रकाश सावल्यांचा खेळ, धुके या प्रतीकांना त्यामुळेच अर्थगर्भता येत नाही.

जागृतावस्थेतून आपल्याला हवे तेव्हा पुन्हा मागचे स्वप्न पाहणे, या स्वप्नाच्या आधारे वास्तवाच्या मध्ये वावरणे व त्यातून हवे ते शोधून काढणे हे सर्व मनोवैज्ञानिकदृष्ट्या अनाकलनीय आहे. अंतर्मनाला जागृत मनाने आपल्या आज्ञांचे पालन करायला लावणे केवळ असंभवनीय आहे. कादंबरीतला डॉक्टर हा वैद्यकीय उपचार करणारा डॉक्टर आहे; त्याला स्वप्नांचा अर्थ लावण्याची मनोविश्लेषकाची पात्रता कशी व कधी आली ते कळत नाही. शिवाय ज्या व्यक्तीला स्वप्नांचा अर्थ सांगायचा किंवा संमोहनावस्थेत पाठवून काहीएक शोध घ्यायचा त्या व्यक्तीविषयी विषयासक्ती असणारा डॉक्टर हा काही मदत करू शकेल हेही संभवत नाही. मनोविज्ञानाची पूर्ण माहिती करून हे लेखन केले असते तर कदाचित स्वप्नांचा अर्थ उलगडण्याच्या मुख्य विषयाला खोली आली असती. समलिंगी आकर्षण असणाऱ्या व्यक्तीच्या मानसिकतेचे यथार्थ ज्ञान नसल्याने तेंडुलकरांचे 'मित्राची गोष्ट' हे नाटक किंवा न्यायालयातील कामकाजाचे,

त्याच्या पद्धतीचे, किंबहुना न्यायाधीशांना काम करायला लागणाऱ्या विशिष्ट विधिव्यवस्थेचे ज्ञान नसल्याने गंभीरपणे विचारात न घेतले जाणारे अनेक हिंदी-मराठी चित्रपट किंवा गुन्हेगारी विषयावरच्या मराठी कथा कादंबऱ्या फार वरवरच्या, जुजबी स्वरूपाच्या वाटतात. दलित लेखक-समीक्षक मध्यमवर्गीय साहित्यिकांना कधी गावकुसाबाहेरचे जीवन समजलेच नाही—खरे तर समजून घ्यायची इच्छाच त्यांना झाली नाही—अशी रास्त तक्रार करतात. पण या वर्गाला स्वतःच्या जीवनाशी संबद्ध असणाऱ्या कितीतरी क्षेत्रांचेही ज्ञान झाले नाही—खरे म्हणजे ते करून घेण्याची इच्छा व गरज राहिली नाही. युद्ध या विषयावर मराठीत एक तरी 'फेअरवेल टू आर्म्स' किंवा 'फॉर हूम द बेल्स टोल' किंवा 'गॉन विथ द विंड' सारखी कलाकृती आहे का? का नाही?

साहित्य सृजनाला प्रतिभा लागते. पण केवळ प्रतिभेवर भागत नाही. अभिव्यक्ती ही 'स्व'मधून होण्यासाठी प्रतिभेविना शक्य नाही. या 'स्व'ची जाणीव केवळ भावनिक किंवा केवळ वैचारिक असेल तर बाह्य वास्तवाशी घट्ट संबंध न ठेवणे कवितेत चालू शकते. सर्वसामान्य माणसे कवितेत भावनेचा हुंकार असतो वगैरे म्हणतात. त्यात हा 'स्व' च्या अभिव्यक्तीचा आग्रह असतो. बाह्यवास्तवाकडे कवितेला बऱ्याच प्रमाणात पाठ फिरवता येते. फक्त 'स्व' मध्ये रमता येते म्हणून तर एक प्रकारे कविता लिहिणे सोपे असते, म्हणून तर कविता लिहिणाऱ्यांची संख्या अफाट असते. 'स्व' मधून अभिव्यक्त न होता केवळ बाह्य वास्तवाचे चित्रण किंवा क्षणैक विचारांचे स्फुरण मांडणारी कविता ही प्रचारकी, सपक किंवा आक्रस्ताळी होते. मराठीत अशीही कविता उदंड आहे, फॅशनेबल आहे. पण कथा-कादंबरीत बाह्य जगाशी संबंध अनिवार्य असतात. लेखकाने निर्माण केलेले जग पूर्णतः त्याने निर्माण केलेले आभासात्मक वास्तव असले तरी लेखकाला बाह्यवास्तवाची जाण ही निर्मितीपूर्व काळात असणे आवश्यक असते, तर वाचकाला त्याच्या विश्वासार्हतेसाठी आवश्यक असते. निर्मितीपूर्व काळात लेखकाने 'अभ्यास' करायलाच हवा. 'राहीच्या स्वप्नांचा उलगडा' मधले मनोविज्ञान हेही काल्पनिक आहे.

. ३ .

साहित्याचे प्रयोजन गंभीरपणे विचारात घेणारे गट जगातील सर्व साहित्यामध्ये होते, आहेत व असणाराहेत. या गटांचे साहित्य थोर नसले तरी चांगले असू

शकते. याचा वाचकवर्ग विशिष्ट अंगाने 'शिष्ट' वाचक असतो. उलट सर्वसामान्यांना रिझवणारे साहित्यही होते, आहे व असणार आहे. या लोकप्रिय साहित्यातील काही कलाकृती चांगल्या किंवा एकदम तकलादू असू शकतात.

एकच लेखक कधीकधी दोन्ही प्रकारात दिसू शकतो. 'ॲना करेनिना' सारखी कादंबरी लिहिणारा टॉलस्टॉय नीतिवादी कथाही लिहू शकतो. मराठी साहित्य याला अपवाद नाही. गटासाठीचे साहित्यलेखन व बहुसंख्य वाचकांना आवडणारे साहित्य-लेखन ही परंपरा आधुनिक मराठी साहित्यात प्रारंभापासून दिसते. यातही एक गंमत अशी की पुढे गटासाठीचे साहित्य हेच बहुसंख्यांकांना आवडणारे साहित्य असा भ्रम निर्माण होतो. इतर कलांच्या क्षेत्रातही गट व बहुसंख्य ही विभागणी व पुढे गटाचा बहुसंख्य असल्याचा दावा हा प्रकार दिसतो.

उदाहरणार्थ, अव्वल इंग्रजी काळात म्हणजे १८६० ते १९४७ पर्यंतच्या काळात राष्ट्रीयत्वाची भावना व त्या अनुषंगाने हिंदुस्थानच्या गतेतिहासाकडे पाहण्याची दृष्टी, संस्कृत वाङ्मयाच्या थोरपणाची खात्री या गोष्टी इंग्रजी शिक्षित गटाने आपल्या वैचारिक वाङ्मयातून रुजविल्या. विष्णुशास्त्री चिपळूणकर, वि. का. राजवाडे, न. चिं. केळकर, वि. दा. सावरकर अशी या गटाची काही प्रातिनिधिक मंडळी. याच काळात बहुसंख्यांक शहरी वर्गाला आवडणाऱ्या साहित्यकृती म्हणजे गडकऱ्यांचे 'एकच प्याला', खाडीलकरांचे 'मानापमान', किर्लोस्करांचे 'सौभद्र' वगैरे. या कलाकृतींचा राष्ट्रीय भावना वगैरेंशी फारसा संबंधच नव्हता, पण त्या कमालीच्या लोकप्रिय होत्या. १९२० ते १९४८ पर्यंतचा काळ हा गांधीवादी विचारसरणीला प्रतिष्ठा प्राप्त होण्याचा सुरुवातीचा काळ. पुढे अनेक आचार्यांच्या लेखन व प्रत्यक्ष कृतींनी तो हळूहळू प्रतिष्ठित झाला. वि. स. खांडेकर, साने गुरुजी यासारख्यांचे लेखन हे या गटाचे प्रातिनिधिक लेखन. राजकीयदृष्ट्या आणि साहित्यिक दृष्ट्या हा गट अर्थातच त्या त्या काळात बहुसंख्य शहरी वाचकवर्गाला फारसा प्रिय नव्हताच. बहुसंख्यांकांच्या आवडीचे व गांधीवादाशी काहीही घेणे-देणे नसणाऱ्यांचे उत्तम प्रातिनिधिक साहित्य म्हणजे ना. सी. फडक्यांच्या कादंबऱ्या. अत्रे-रांगणेकरांची 'लग्नाची बेडी', 'भ्रमाचा भोपळा', 'कुलवधू' सारखी नाटके. १९५० नंतर आधुनिकता, सौंदर्यशास्त्र, मार्क्सवादी वगैरे पाश्चात्य संकल्पनांचे बोट धरून शहरी लेखक-वाचक वर्गाचे अनेक गट निर्माण झाले. 'सत्यकथा', 'अभिरूची' सारखी नियतकालिके निघाली. मर्ढेकरांची कविता, 'रणांगण' सारख्या कादंबऱ्या ही याची काही उदाहरणे. मागे म्हटल्याप्रमाणे गटातील प्रतिष्ठित साहित्य हेच पुढे १९७० नंतर बहुसंख्यांकांचे

साहित्य म्हणून मिरवू लागले. किंवा मराठी साहित्याचा तोच प्रवाह मुख्य प्रवाह म्हणून मानला गेला. प्रत्यक्षात बहुसंख्य शहरी वाचक-श्रोतृ वर्गाला आवडलेले साहित्य म्हणजे कानेटकरांची नाटके, 'स्वामी, 'मृत्युंजय', 'छावा' यासारख्या इतिहास व पुराण यांच्याकडे रंजकतेने नेणाऱ्या कादंबऱ्या आणि ग. दि. माडगूळकरांची गीते हेच होते. १९७० पासून दलित आत्मचरित्रे व दलित कविता हा एक नवा जोमदार गट निर्माण झाला. या गटाने वास्तववादाच्या आधारे आधीच्या गटांची प्रतिष्ठा काही प्रमाणात हिरावून घेतली. पण याला समांतर अशा बहुसंख्य शहरी वाचक वर्गाला आवडणाऱ्या गोष्टी होत्याच. पु. ल. देशपांड्यांची लोकप्रियता, पुरंदऱ्यांच्या इतिहास-प्रवचनांची लोकप्रियता, प्रभातच्या चित्रपट परंपरेला छेद देणारे- 'सांगत्ये ऐका' पासून सुरू झालेले तमाशा चित्रपट ही याची उदाहरणे. संगीताच्या क्षेत्रातही शास्त्रीय संगीताची घराणी ही गटबद्धच होती. त्याला त्या त्या गटात प्रतिष्ठा होती. पण बहुसंख्यांकांना आवडणाऱ्या संगीताचा इतिहास पाहिला तर नाट्यसंगीत, भावगीत गायन व मग चित्रपट संगीत असा प्रवाह दिसतो. नृत्य आणि चित्रकला यातील कलाकृती सदैवच गटबद्ध राहिल्या. बहुसंख्याकांतील 'लोकप्रियता' वगैरे त्यांच्या वाट्याला आली नाही. मूर्तिशास्त्र, वास्तुकला वगैरेत तर गट निर्माण होण्याइतपतही ताकद नव्हती.

या पार्श्वभूमीवर सासण्यांची कादंबरी कुठे बसते? ती बहुसंख्याकांची लोकप्रियता मिळालेली कादंबरी नाही. ती कथेतून कादंबरीकडे वळलेल्या एका छोट्या गटाची कादंबरी आहे. या गटात सासण्यांबरोबर मिलिंद बोकील (रण, समुद्र, एकम) मेघना पेठे (नातीचरामि), आशा बगे (त्रिदल, सेतू, भूमी) यासारखे साहित्यिक येतात. त्यातही 'राहीच्या स्वप्नांचा उलगडा' ही सत्यकथा गटाच्या परंपरेतील कादंबरी आहे.

.४.

१३२ पानांच्या या कादंबरीत वाक्यातील महत्त्वाचे घटक वाक्यान्ती ठेवण्याची उदाहरणे ४० च्या आसपास आहेत. उदाहरणार्थ

१) 'बाळासाहेब हळूहळू पायऱ्या चढले जिन्याच्या.' (पृ. २)
२) 'काही विचारत राहिले जणू तीव्रतेनं.' (पृ. ६)
३) 'ते उभे राहिले तसेच. स्तब्ध. शांतही.' (पृ. १२)
४) 'मी डॉक्टर आहे. या घराचा, मनाचा आणि शरीराचा.'

५) 'मग ते हसले. थोडं दु:खी असं.' (पृ. ३१)

६) 'राहीनं मान हलवली. निग्रहानं.' (पृ. ४६)

७) 'आजकाल तुम्ही स्वप्नांचे अर्थ सांगत नाही. आमच्या.' (पृ. ६२)

वाक्य घटकांचे असे स्थानान्तरण हा सासण्यांचा शैलीविशेष व्यक्तिगत आहे. त्यामुळे तो पूर्णत: वगळला जाणे संभवत नाही. पण त्याचे प्रमाण घटले आहे. विशेष म्हणजे वाक्यांच्या प्रारंभस्थानीही घटकांचे स्थानान्तरण करण्याची एरवी न आढळणारी दोन तीन उदाहरणे या कादंबरीत आढळतात :

८) '<u>थोडं</u> त्यांनी हसण्याचा प्रयत्न केला.' (पृ. ४२)

९) '<u>दिसलं</u> त्यांना ते झुंबर.' (पृ. ४२)

या कादंबरीत इंग्रजीचा वापर आणि इंग्रजी वाक्यरचनेचा प्रभाव खूपदा दिसतो:

१०) 'त्यांना सांगायचं आहे काही, जे आपण आतल्या आत भोगतो.' (पृ. ६८)

११) 'दॅट बोअरडम इज सॉलोइंग Swallowing! असं!' (पृ. ३४)

१२) 'पण नाही— ते लिखाण नाही. दॅट मस्ट बी केप्ट समव्हेअर अवेऽ.' (पृ. ६६)

(१०) मधले उपवाक्य मुख्य वाक्यानंतर ठेवण्याची रचना इंग्रजीची आहे. (११) व (१२) मध्ये इंग्रजी वाक्यांचाच वापर आहे. (अर्थात (१२) मध्ये ते वाक्य That must have been kept somewhere away. असे हवे होते)

मात्र कधीकधी अचानक खूप कृत्रिम अशा मराठी रचनाही वापरल्या जातात.:

१३) 'डॉक्टर उठून तिच्याभोवती, उत्तेजनेत परिपूर्ण असे हिंडू लागले, तिच्या नृत्यसदृश आत्मकथनातून.' (पृ. ७१)

क्रियापदहीन वाक्यरचनेचा शैली विशेष याही कादंबरीत दिसतो. पण स्थानान्तरण शैली विशेषाप्रमाणे तोही खूप मर्यादित प्रमाणात दिसतो:

१४) 'खोली नीटनेटकी, स्वच्छ, सामान जुनं, नक्षीचं लाकडी. एक खिडकी उघडी, पण त्यावर मण्यामण्यांचा पडदा. एक खिडकी बंदच.' (पृ. ४९)

१५) 'अंगभर निळी दुलई, हलकीशी, रेशमी, पारदर्शक. धुक्यासारखी मोहमयी.

मेंदूतल्या आंतरविश्वावर, उत्तेजित पेशींवर आणि कोषांवर, संवेदनेवर . झोपेवर. झोप—अनावर झोप.' (पृ. ९७)

स्थानान्तरण व क्रियापदहीन वाक्यरचना यांवरील नियंत्रण हे लेखकाचे स्वत:चे असेल तर ते पुढच्या लेखनातही दिसेल. इतरांनी केलेल्या संपादनाचा तो परिणाम असेल तर संपादन न केलेल्या अशा पुढच्या लेखनात तो दिसणार नाही.

कोणत्याही लेखकाच्या लेखनात त्याची व्यक्तिगत बोली व्यक्त होते. साहित्य-लेखनात अनेकदा लेखक प्रमाण, प्रस्थापित किंवा शिष्ट बोलीचा वापर करतो. पण तेथेही कुठेकुठे त्याची स्वत:ची बोली नकळतपणे डोकावते. साहित्य-लेखनातील अशा भाषिक जागा शोधण्यात लेखकाच्या एरवीच्या भाषा व्यवहाराबाबतचा कयास बांधता येतो. उदाहरणार्थ, या कादंबरीमध्ये लेखकाच्या बोलीतील बोलीविशेष आढळतात.

१६) 'राही उठू पाहू लागली.' (पृ. २५)

सासण्यांच्या व्यक्तिगत बोलीचेही ठसे मधून मधून सापडतात. उदाहरणार्थ, साध्यासाध्या मराठी शब्दांऐवजी संस्कृतप्रचुर शब्द वापरण्याची सासण्यांना सवय आहे:

१७) 'बाहेर खिडकीला अवगुंठून कसलासा वेल होता.' (पृ. ११)

१८) 'डोक्यावरचं अवघं व्योम व्यापून टाकणं.' (पृ. १०)

या तीनही गोष्टी आधीच्या कादंबऱ्यांतही दिसतात. काही उदाहरणे :

'दूर तेथे दूर तेव्हा'

(अ) संस्कृतप्रचुर शब्दयोजना -

१९) 'तिने व्यंगात्मक म्हटलं.' (पृ. १५)

२०) 'नुकतंच आपण एका खुनाचं आयोजन केलं आहे.' (पृ. ३०)

२१) 'उत्तेजना कमी होऊ लागली.' (पृ. ४६)

२२) 'जलकणांचं अवतरण, हलकेहलके.' (पृ. ७५)

२३) 'नारायण क्षोभाने थरथरू लागला.' (पृ. ९३)

२४) 'त्याच्या मनात विलक्षण विकर्षण उत्पन्न झालं.' (पृ. ९५)

२५) 'तिच्या... प्रस्तावना-विरहित निवेदनाने तो गोंधळला.' (पृ. ११३)

(ब) बोली भाषा -

२६) 'ते रोज थोडं थोडं तिळ तिळ <u>मरून चालले</u> आहेत.' (पृ. ११३)
२७) 'त्याने <u>दुरातून</u> लाईट टाकून पाहिलं.' (पृ. ६५)
२८) '<u>पाठीला</u> चमक आली.' (पृ. ७९)

(क) इंग्रजीचा वापर -

२९) 'बी नो इमोशनल.' (पृ. ९८) (Don't be emotional च्या ऐवजी)

'सर्प' -

अ) संस्कृतप्रचुर शब्दयोजना

३०) 'आनंदानंतरची क्लान्तता' (पृ. ३०९)

ब) बोली भाषा -

३१) 'केवळ लक्ष ठेवू, असं म्हटलं होतं दुरातून.' (पृ. २१८)
३२) 'खुरप्यानं माती उकसू लागला.' (पृ. १३८)

क) इंग्रजीचा वापर

३३) 'मफलर बांधलेलं... मफलर बांधली होती.' (पृ. २१७)

या तीन कादंबऱ्यांत काही गोष्टींची पुनरावृत्ती होते. उदाहरणार्थ 'लखलखीत' किंवा 'धारदार नजर' हा पदबंध बऱ्याचदा येतो. गोपूचे डोळे 'काळ्या बटनांसारखे' चमकतात (पृ. ७९) तर डॉक्टरांचेही डोळे 'काळ्या बटनांसारखे' (पृ. ३१). 'दूर तेथे दूर तेव्हा' मध्ये गूढ बासरीचे स्वर (पृ. ७९) तर 'राहीच्या स्वप्नांचा उलगडा' मध्ये अनेकदा पाव्याचे सूर (उदा पृ. ६, २५, ४३, ५४) येतात. 'दूर तेथे दूर तेव्हा' मध्ये कोंबड्याचा वारंवार संदर्भ तर 'सर्प' मध्ये गोरखनाथ व 'राहीच्या स्वप्नांचा उलगडा' मध्ये बाळासाहेब यांना कबुतरांचा नाद. 'सर्प' मध्ये लाकडी कमळावर माकड असल्याचा पुन्हा पुन्हा संदर्भ तर 'राहीच्या स्वप्नांचा उलगडा' मध्ये रानगव्याच्या मस्तकाचा वारंवार येणारा संदर्भ. कमी बोलणं, धारदार नजरेची जरब, आतून धुमसणं ही वैशिष्ट्ये असणारे स्त्री-पात्र 'दूर तेथे दूर तेव्हा' मध्ये रजियाच्या रूपात, 'सर्प' मध्ये सत्यभामेच्या रूपात तर 'राहीच्या स्वप्नांचा उलगडा' मध्ये बाळासाहेबांच्या पत्नीच्या रूपात पुनरावृत्त होते. अवघ्या

तीन छोटेखानी कादंबऱ्यात शब्द, शब्द साहचर्य, प्रतीके, वाक्य-रचना, इंग्रजीचा वापर यांची पुनरावृत्ती सापडण्यात लेखकाच्या भाषा-वापराच्या मर्यादा दिसतात. हे शैली विशेष नव्हेत; ही अभिव्यक्तीतील साचेबंदपणाची द्योतके आहेत.

म्हणजे वाक्यरचनेतील वाक्य-घटकांचे वाक्यान्ती स्थानान्तरण आणि क्रियापदविहीन वाक्यरचना, हे दोन शैली-विशेष आहेत. कारण त्यातून काही एक परिणाम साधण्याचा हेतू आहे. उलट काही शब्द साहचर्यांची, संस्कृतप्रचुर शब्दांची, प्रतीकांची, पात्रांच्या प्रकाराची पुनरुक्ती ही अहेतुकपणे घडत असल्याने त्यातून फक्त लेखकाच्या शाब्दिक आणि सांकल्पनिक आवाक्याच्या मर्यादितपणाचे दर्शन घडते. प्रतिभावान लेखकाला अभ्यासाची गरज लागते ती येथे. मर्यादा दूर करून भाषा-क्षेत्राचा विस्तार हा प्रयत्नातूनच होतो. उत्स्फूर्तपणे नव्हे. सासणे हा विस्तार या पुढील लेखनात करतात का हे पाहणे या दृष्टीने महत्त्वाचे आहे.

- ० - ० - ० -

.४.

'दोन मित्र'

.१.

'दोन मित्र' ही १३४ पानांची छोटेखानी कादंबरी २००४ सालातली. ही दोन मित्रांची केवळ कथा नाही. मनोहर हा ब्राह्मण कानिफनाथ या खालच्या जातीतल्याचा ६०-६५ वर्षे मैत्री असणारा मित्र. दोघे आता वृद्ध. कथा सांगणारा ख्रिस्ती काका हा त्यांचा मित्र. या ख्रिस्ती काकाला ते 'रद्दीवाला' म्हणतात.

मनोहरची बायको व कानिफनाथची बायको या गृहिणी. मकरंद, दिलीप व रोहिणी ही मनोहरची तर गोपाळ, बाळा व जयमंगला ही कानिफनाथची मुले. मनोहरचे घर दर्ग्याजवळ, मेहेरवस्तीत. दोघा मित्रांच्या कुटुंबांचे संबंधही जिव्हाळ्याचे. मकरंद व जयमंगला यांचे प्रेमप्रकरण व गोपाळचा पुरोगामी समाजवादी 'विचारमंच' शी असलेला संबंध या निमित्ताने या खेड्यातील समाजजीवन ढवळून निघते. हिंदू-मुस्लीम-ख्रिस्ती, पुरोगामी व पुराणमतवादी अशा कप्प्यात हा समाज विघटित होतो. दोन दंगे होतात, जाळपोळ, कर्प्यू, गोळीबार अशा घटना घडतात. लग्न मोडले जाते. दोन मित्र अवाक् होतात व शेवटी तेच इतर समाजाला बहिष्कृत करतात. राजकीय, सामाजिक चळवळीतील ढोंग, अपुरेपण, लबाडी, स्वार्थ, सासणे प्रभावीपणे उघड करतात. पुढच्या पिढीच्या वेगळेपणाच्या आशावादावर कादंबरी संपते.

केवळ पारंपरिक मराठी आस्वादक समीक्षेच्या दृष्टीने या कादंबरीकडे पाहिले तर तीमध्ये अनेक गुण सापडतील. वास्तवाचे भान, राजकीय-सामाजिक विषय, निवेदकाचा यातला तटस्थपणा, सामान्य माणूस कसा भरडला जातो याचे चित्र, सोपी पण बौद्धिक चमक दाखविणारी भाषा, इतिहास, संस्कृत, मांत्रिक या उल्लेखित क्षेत्रांवर लेखकाने घेतलेले अभ्यासाचे कष्ट, आंतरजातीय विवाह, भारतीय समाजातील पुरुषाचे स्वामित्व व स्त्रीवर होणारा अन्याय,

मोडकी खिडकी दुरुस्त करण्याचे, सांधण्याचे वापरलेले प्रतीक, कठोर राजकीय व सामाजिक शक्तींपुढे व्यक्तीची अटळपणे होणारी ससेहोलपट व असाहाय्यता, व्यवस्थेच्या चक्राखाली भरडली जाणारी माणसे, विचार व संवेदन यांना येणारे नगण्यत्वाचे अस्वस्थ करणारे दर्शन अशा अनेक गुणांचा आरोप या कादंबरीवर करता येईल. कादंबरी वाचनीय आहे आणि समाजजीवनाबाबत चिंतन करणारी आहे. या दोन गोष्टी या कादंबरीच्या मूल्यांकनात पारडे जड करणाऱ्या आहेत. विविध अंगांनी या कादंबरीच्या पारंपरिक प्रशस्ती-शक्यता लक्षात घेतल्यास सासण्यांना यशस्वी कादंबरीकार म्हणण्यात अडचण येऊ नये.

.२.

समीक्षेची ही रुळलेली वाट व हे अपेक्षित मूल्यमापन वगैरे जरा बाजूला ठेवून या कादंबरीचा विचार तिच्या रचनेच्या अंगाने केल्यास काय दिसते?

सुमारे ४१ प्रसंगांची गुंफण म्हणजे ही कादंबरी. सुरुवातीलाच दोन समांतर सामाजिक धक्के मांडले जातात. एक, देशमुख नावाच्या माणसाचे रामदासांची नालस्ती करणारे व्याख्यान गोपाळणे ठेवलेले. महामहोपाध्याय व वामनराव यांचा 'संस्कृती रक्षणार्थ' त्याला विरोध. दोन, ब्राह्मण मकरंद व हीन जातीची जयमंगला यांचे प्रेमप्रकरण. यातही 'संस्कृती' धोक्यात. उलट मकरंद-जयमंगला आपल्या निर्णयावर ठाम. म्हणजे सुरुवातीलाच लेखक संघर्षाची मांडणी करतो. या संघर्षात मैत्रीचे, प्रेमाचे स्थान काय हा कादंबरीचा विषय आहे.

दर्ग्याच्या जमिनीची मोजणी करण्याचे काम ही पुढे राजकीयदृष्ट्या संवेदनशील होऊ शकणारी बाबही सुरुवातीलाच उल्लेखित होते. या जमिनीच्या मोजणी, विभागणीला समांतर अशी मनांची विभागणी मकरंदच्या आईच्या आंतरजातीय विवाहाला विरोध असण्याच्या बोलण्यातही दिसते. जयमंगला 'आमची नाही' अशी तिची भाषा. तसंच जयमंगलाच्या आईचाही, माईचाही या लग्नाला विरोध. भूतबाधा झाल्यासारखं त्या पुरुषी आवाजात ओरडतात. तथाकथित कौटुंबिक जिव्हाळ्याच्या मागे दडलेल्या या जातीय प्रवृत्ती.

समर्थांवर टीका करायला आलेल्या 'पुरोगामी' देशमुखांना निवेदकाच्या मुलीचा—ऑलिसचा, संस्कृतचा व्यासंग पाहून आनंद होण्याऐवजी धक्का बसतो. म्हणजे हिंदुतले 'पुरोगामी', 'प्रतिगामी' एक, तर ख्रिश्चन मात्र वेगळे. समाजातील कप्पेबंदपणाचा विचारवंतांवर झालेला हा परिणाम.

मनोहर-कानिफनाथ हनुमान टेकडीवर रडत बसतात. का? तर मुलांनी लग्न ठरवलं म्हणून. मनोहरला जयमंगला मुलीसारखी—पण सून म्हणून घेणं विचित्र.

देशमुखांचे भाषण उधळले जाते. गावात दंगल. उन्माद झालेली झुंड देशमुखांना शोधायला ख्रिस्ती निवेदकाकडे. त्यानंतर मकरंद जयमंगलाला शोधायला दुसरी प्रतिसेना येते. जयमंगलाच्या समाजातच तिने लग्न करावं असे त्यांचे म्हणणे. म्हणजे ब्राह्मणी संस्कृतीरक्षक सेना मकरंदवर चिडलेली तर रणवीर सेना जयमंगलावर. दोन जमातींच्या दोन झुंडी एकाच लग्नाच्या विरोधात—जातीय अस्मितेमुळे. निवेदकाच्या शेजारी एक मध्यमवर्गीय नोकरी संपत आलेला माणूस. त्याची मुले अकलेने कमी पण आता दांडगाईच्या राजकारणात पडू पाहणारी. त्यामुळे वडील चिंतित. हा एक आणखी उपप्रवाह कादंबरीत येतो—दर्ग्याच्या जमिनीच्या वादासारखा.

त्या रात्री मकरंद व जयमंगला चर्चमध्ये लपून बसतात.

रात्री दंगलीत गोळीबार होतो. त्यात दोन माणसे मरतात. दंगल अगोदर सवर्ण विरूद्ध दलित, समर्थक विरुद्ध विरोधक, मग मुसलमान विरुद्ध हिंदू असे निवेदक सांगतो. हसन नावाचा मुलगा गोळीबारात मरतो. आक्रमक हिंदू दर्ग्याची भिंत पाडतात. याला विरोधी उठाव म्हणून निवेदक मुखियाच्या घराचे वर्णन करतो. मुखिया मुसलमान, झाडूवाला. त्याच्या घरात देवांच्या तसबिरी व दर्ग्याच्या तसबिरीला हिंदू कुंकवाचा टिळा.

रात्री मनोहरच्या घरावर मुसलमान हल्ला करतात. मोडतोड करतात. पण शेजारचे मुसलमानच सर्व कुटुंबाला त्यापूर्वी स्वतःच्या सुरक्षित जागेत लपवतात. संबंध नसलेल्या माणसांच्या सेना क्रूर, धर्मासाठी अमानुष, तर संबंध असलेली सामान्य माणसं धर्म बाजूला ठेवून माणुसकीने वागणारी हा विरोध अधोरेखित होतो.

मनोहरच्या घरावर हल्ला करणारे तीन गट. एकाच घटनेचा तीन प्रकारे अर्थ लावणारे. पहिला गट ब्राह्मणेतरांचा. जयमंगलेच्या बदल्यात ते रोहिणी मागू लागतात. दुसरा गट ब्राह्मणांचा. देशमुखांच्या व्याख्यानाला मनोहरचे कुटुंबीय मदत करतात हा त्यांचा आरोप. या दोन गटांची बाहेर हाणामारी. तिसरा गट मुसलमानांचा. गोळीबारात दोन मुसलमान पोरं मेली म्हणून सुडाने पेटलेला.

मनोहरकडे महामहोपाध्याय बैठक घेतात. आपण दंगलीशी संबंधित कसे हे मनोहरला कळत नाही. गोपाळ इथे येत होता व मकरंद त्याला साथ देत होता

हा आरोप. शेवटी मैत्री ठीक पण वर्णसंकर नको हा मुद्दा मांडला जातो. मनोहर प्राण गेला तरी मैत्री सोडणार नाही असे ठणकावून सांगतो. मनोहरचा मुलगा दिलीप रघुवीरसेनेत जातो.

गोपाळवर चाकूहल्ला होतो. त्याच्यावर उपचार करणारा डॉक्टर देशमुख ब्राह्मणांवर सतत हल्ले होतात म्हणून चिडलेला. गोपाळ हा ब्राह्मणेतर. दिलीप गोपाळला रक्त देतो.

प्रिन्सिपल देशमुख हे लाचार. मॅनेजमेंटपुढे गोंडा घोळणारे तर सॅमचा भाऊ रॅम (रामदेव) मराठा लॉबीच्या अधिकाऱ्यांमागे लाचार कुत्र्यासारखा फिरतो, बुद्धिजीवींची ही शोकांतिका, ही लाचारी, हे शोषण हा तिसरा उपप्रवाह. गंमत अशी की निवेदकही फक्त घटनांना साक्षी राहतो—काहीही कृती करत नाही आणि तरीही या ख्रिस्ती निवेदकावर एक हल्ला होतो.

सबइन्स्पेक्टर देशमुख या गावातल्या भांडणाला वैतागलेला. त्याला बदली हवी. समर्थांचे समर्थन करणाऱ्या दुसऱ्या देशमुखच्या व्याख्यानाला तो परवानगी देतो. महामहोपाध्याय मनोहरला मकरंदसाठी जातीतली सुंदर मुलगी सुचवतात. मनोहर अद्याप बधत नाही. कानिफनाथच्या बायकोचे भूत काढायला मांत्रिक बाळा. हा लेखक. त्याला हे पटत नाही. मनोहरची जुनी पुस्तके त्याला हवीत. निवेदक त्याला ती देण्याचे मान्य करतो.

रेव्हरंड चर्चला येतात. दोन अतिदरिद्री कुटुंबांचे ख्रिस्तीकरण करण्याचा त्यांचा प्रस्ताव. आर्थिक प्रलोभने दाखवून तिकडे बुखारी मुसलमानांना मदत करायला येतात. जातींच्या श्रद्धा, त्यांचा कडवेपणा, त्यांची धर्मासाठी हाती शस्त्र घेण्याची तयारी हे हळूहळू प्रस्थापित होत जाते.

मैत्री व स्त्री-पुरुष प्रेम हे या वास्तवात आंतरजातीय. या वास्तवाचे स्वरूप उग्र असे होते की गावातल्या जाती-धर्माच्या भिंती आणखी दणकट होतात. हिंसा, दंगे, गोळीबार यातून समाजाची विभागणी होते. भीती, द्वेष या सामूहिक भावनांना खतपाणी घातले जाते. २४ व्या प्रसंगापर्यंत सासणे ही वीण घट्ट करतात. रचनेचा पुढचा टप्पा पट मांडून झाल्यावर खेळी करण्याचा. मैत्री व प्रेम यांचे या भडक भावनांच्या बुद्धिहीन, तर्कहीन वास्तवात काय होणार?

मकरंदचे दुसऱ्या मुलीशी लग्न ठरवायचा घाट घातला जातोय व मकरंद पूर्वीसारखा ठाम नाही असं जयमंगला सांगते. समर्थांवर टीका करणाऱ्या देशमुखांनीच हे स्थळ आणलंय. बाहेर पुरोगामी आत प्रतिगामी असे हे विचारमंचवाले देशमुख. मुसलमानांच्या वाढत्या अजानला प्रत्युत्तर म्हणून हिंदूंची महाआरती सुरू होते.

मकरंदपाठोपाठ दुसरा बुरूज ढासळतो तो मनोहरचा. मुंबईच्या ट्रस्टचे एक हिंदुत्ववादी गृहस्थ मनोहरला गुंडाळतात. मनोहर सर्व पुस्तके त्यांना देणार— बाळाला नाही. पकडून बसविलेल्या शाळेतील मुलांसमोर डॉक्टर देशमुख नियत कर्म करावे सांगतात तर निवेदक नियत कर्म कुणी ठरवले असा प्रश्न करतात. मुलांवर कशाचाच परिणाम नाही. पण डॉक्टर देशमुखांचं हिंदुत्वावरचं चौकातलं व्याख्यान उधळायला रणवीरसेना येते. तिची रघुवीरसेनेशी मारामारी होते. मग दंगा, जाळपोळ, तलवारीने भोसकाभोसकी. महादू टपरीवाल्याची टपरी जाळली जाते. दंगलीत सामान्य माणूसच होरपळतो हे सिद्ध करण्यासाठी. सॅमला ख्रिश्चनांच्या संरक्षणार्थ सशस्त्र सेना हवी. शेजारच्या गृहस्थांचा मुलगा दंगलीत भोसकला जातो. डॉक्टर देशमुखांच्या मागावर रणवीरसेना व मुसलमान. ते घाबरून चर्चमध्ये व मग शेतात लपायला येतात. गाव आगीत, दंगलीत जळते आहे.

जयमंगला मकरंदने मुंबईची मुलगी व नोकरी स्वीकारल्याचे सांगते.

दंगलीनंतर अधिकारी, मंत्री येतात. दोन्ही सेनेच्या म्होरक्यांना पोलीस स्टेशनात वर्दी द्यायला जावे लागते. कोर्टाचा 'स्टे' असूनही दर्ग्याची भिंत बांधली जाते. सर्वांचे हात पोळल्याने ते थोडे खाली आलेत. मनोहर-कानिफनाथ हे उपद्रवकारक मित्र असा सीआयडीचा रिपोर्ट.

मनोहर-कानिफनाथ एक जाहीरनामा काढतात. त्यांच्या जातबांधवांनी त्यांना बहिष्कृत करण्याआधी त्यांनीच गावाला, इतरांना बहिष्कृत केले आहे. लोकांना शुद्धीवर येण्याचे आवाहन करतात.

जयमंगला मकरंदची एक गोष्ट सांगते, ते चर्चमध्ये रात्री असताना मकरंद शरीरसुख मागतो. ती देत नाही. त्याचे वीर्य गळते. ते बघितले यात पाप आहे का असे निवेदकाला विचारते. पुढे लग्न झाल्यावर ही गोष्ट नवऱ्याला सांगायची नाही असे ती व निवेदक ठरवतात.

गरीब कुटुंबाचे धर्मान्तर बाहेर जाऊन होते. मुंबईला मकरंदचा साखरपुडा होतो. इन्स्पेक्टर देशमुख बदली होऊन जातात. रणवीरसेना व रघुवीरसेना बौद्धिकं घेऊन, कवायती करून फोफावताहेत. मुसलमानांकडे बंदुका आहेत. शाळेतल्या मुलांना मात्र द्वेषाचं वातावरण नको आहे. निवेदकाला त्यात आशा वाटते. दोघे मित्र टेकडीवर जाताहेत. त्यांची मैत्री अभंग. रोहिणीचे प्रेम परजातीच्या मुलावर.

म्हणजे संघर्षाच्या वास्तवात 'प्रेम' मोडते. पण मैत्री टिकते. त्यामुळे २४ व्या प्रसंगापर्यंत ताणलेला परमोच्चबिंदू अर्ध्यावरच खाली येतो. 'एका

आंतरजातीय लग्नाची कथा' व 'एका आंतरजातीय मैत्रीची कथा' या दृष्टीने पाहिल्यास लग्न मोडण्याची शोकान्तिका तर मैत्री टिकण्याचे आनंदी पर्यवसान.

.३.

१) 'समर्थांवर टीका करा नाहीतर समर्थन करा! जळतो तो सामान्य माणूसच' (पृ. १०६)

२) 'एकूण जगण्याला तार्किकता राहिलेली नाही.' (पृ. १०७)

३) 'मनात नवल दाटून आलं. संभ्रमित करणारं. शंकित करणारं. हे सत्यच आहे. छे!... तार्किकता कुठेच नसते. तेवढ्यात तिने तीव्रतेने, तीक्ष्णतेने मला विचारलं.'
"सांगा, काका! शिकवाल आता पुरोगामी व्हायला आम्हाला?''

४) 'पण सावध व्हा. जागते व्हा. विष पेरू नका. विभाजित (पृ. ११६) होऊ नका. तुमचे उद्रेक, तुमच्या तलवारी, तुमच्या ठासणीच्या बंदुका, तुमची दगडफेक, तुमची व्याख्यानं तुम्हालासुद्धा लखलाभ होणार नाहीत.' (पृ. १२३)

५) 'मी मात्र चिंताग्रस्त होतो आहे. दोन महायुद्धं झाली. तिसरं होण्याच्या तयारीत आहे म्हणतात. इतिहासापासून माणूस काही शिकत नाही.' (पृ. १२९)

६) 'नववीच्या मुलाने लिहिलेलं सुंदर शहाणं पत्र आठवू लागतं स्वप्नातच. वाटतं, जगायला आशा आहे. कदाचित येणारा दिवस सुंदर असेल. तोपर्यंत मनोहर-कानिफनाथ यांची मैत्री टिकली पाहिजे. कारण 'मैत्री' हाच मूलमंत्र असेल येथून पुढे' (पृ. १३१-१३२)

निवेदकाचा—पर्यायाने लेखकाचा—एकंदर दृष्टिकोन मांडणारी ही वाक्ये. ४१ प्रसंगांच्या गुंफणीतून हे निष्पन्न व्हावे हे ध्येय.
कादंबरीच्या लेखनातच याला छेद देणाऱ्या गोष्टी आढळतात.

गोपाळ जखमी होतो. निवेदकाच्या शेजारी राहणाऱ्या गृहस्थांच्या रघुवीरसेनेत गेलेल्या मुलाला भोसकले जाते. निवेदकावर हल्ला होतो. दोन्ही देशमुखांना पलायन करावे लागते. दंगलीची झळ यांनाही बसते. ती सामान्य माणसे नव्हेत.

आपल्याला फारशी माहीत नसलेली माणसं 'निरपराध', 'सामान्य' वगैरे होतात. म्हणजे 'सामान्य माणूस जळतो' वगैरेतला 'सामान्य' हा शब्द परस्परविरोधी गोष्टी घडवणारा.

समर्थ शिवाजीचे गुरू नाहीत असे सांगणाऱ्या देशमुखांना जमावाचा राग सोसावा लागतो. निवेदकाच्या मते यात शिवाजीचा गौरवच. मग 'जय शिवाजी जय भवानी' वाल्यांना देशमुखांना विरोध करण्याचे कारणच नाही. निवेदक म्हणतो त्याप्रमाणे यात केवळ तार्किकतेचा अभाव नाही. हा दृष्टिकोन चळवळीची व्यर्थता दाखवत नाही. उलट तो अतीव जातीयवादी आहे. ही जातीयता आज आलीच आहे. रामदास, लोकमान्य टिळक वगैरेंचे माहात्म्य त्यांच्या ब्राह्मण असण्यामुळे कमी झालेले आहे. वरील युक्तिवादात ही दृष्टी नसेलच असे नाही.

आधी मारामारी ब्राह्मण - ब्राह्मणेतरात होते. पुढे ती हिंदू-मुसलमान असे रूप घेते असे लेखक म्हणतो. पण ब्राह्मण - ब्राह्मणेतर संघर्षातील पुढारीपणा करणारे तरुण 'हिंदू' म्हणून एकत्र येणार कसे? ती माणसं वेगळीच असणार. वरवर दाखविलेले हे चळवळीचे रूपांतर तसे फसवे आहे. कारण दोहोंत तीच माणसे असणे शक्य वाटत नाही.

मकरंदचे जयमंगलाशी लग्न होणे फारसे मान्य न असणारा मनोहर, बाळाला पुस्तके नाकारणारा मनोहर हा जातीयवादी आहेच. 'मैत्री' वरून त्याचे उदात्तीकरण केले तरी त्याची आंतरिक जातीयता 'मैत्री'चा मुखवटा फाडते.

चर्चमध्ये लपून बसलेल्या मकरंदला जयमंगलेशी समागम करण्याची इच्छा होणे, ती पुरी न झाल्यावर त्याचे वीर्य गळणे, जयमंगलाला ते दिसणे, वीर्य पाहणे हे पाप वाटणे आणि त्यावर कळस म्हणजे ही गोष्ट पुढे नवऱ्याला न सांगण्याची तिची तयारी हा सर्व प्रसंग कशासाठी आहे? कदाचित लैंगिकतेबाबत निवेदक धीटपणे बोलतो हे दाखविण्यासाठी हे आले असावे.

'मैत्री' टिकली पाहिजे असे निवेदकाने म्हणण्यात वरवर बरे वाटते. पण या मैत्रीचे स्वरूप काय आहे? महामहोपाध्यायांच्या म्हणण्याप्रमाणे वागणारा, जयमंगलेला सून म्हणून घेण्यास तयार नसणारा, बाळाला पुस्तकेही न देणारा मनोहर हा केवळ जातीयवादी नाही. त्याची 'मैत्री' व्यावहारिक दिसते. 'मनोहर' कुटील नाही. नव्हता. कुणीतरी कट रचला. (पृ. ११७) हे निवेदकाचे समर्थन लंगडे वाटते.

निवेदकाने कानिफनाथ हे पात्र तर अजिबात रंगविलेलेच नाही. मनोहर व कानिफनाथ यांची कुटुंबे एकमेकांच्या परिचयाची होती इतकेच. मकरंद जयमंगला

प्रेम सोडले तर कादंबरीत त्यांचे जिव्हाळ्याचे संबंध दाखविणारा एकही प्रसंग नाही. दोघे मित्र काही विषयांवर खास गप्पा मारतात, एकमेकांना सहभागी करून घेण्याबाबत त्यांच्यात अनेक गोष्टी आहेत, दोघे बालपणापासून काही विशिष्ट कारणांनी किंवा घटनांनी एकत्र आले, दोघांच्या सुखदुःखाच्या गप्पा खूप रंगतात, टेकडीवर जाण्यापलीकडे दोघांचे काही कार्यक्रम आहेत, म्हातारपणातही दोघांना एकमेकांची मदत घेणे अटळ आहे असे काहीही या कादंबरीत दिसत नाही. निवेदकाचे व विशेषतः कानिफनाथाचे सौहार्द-संबंध होते असेही दिसत नाही.

ज्या 'मैत्री' चा डोलारा विषय म्हणून धरला जातो तो डोलाराच असा भक्कमपणे उभा राहत नाही. जातीय दंगली व मैत्री यांच्यातील थेट संबंध कुठेही प्रकर्षाने जाणवत नसल्याने समाजाला उद्देशून त्यांनी काढलेला जाहीरनामा ही केवळ एक अनावश्यक सनसनाटीच वाटते. दंगलखोरांना आंतरजातीय विवाह मान्य नव्हता, असे एकवेळ म्हणता येईल. पण त्यांचा मैत्रीलाच विरोध होता असे दिसत नाही. दिसण्याचे कारणही नाही. सुरुवातीला निवेदकाने आपण मित्रांच्या आंतरिक घटना सांगणार असल्याची दिलेली ग्वाही ही अखेर पूर्ण होतच नाही. कानिफनाथाच्या अंतःकरणाचा कुठेही थांगपत्ता लागत नसताना आंतरिक घटना सांगणारच कशा? कादंबरी केवळ बाह्य घटनाच सांगते. निवेदक हा मैत्री सावरतो असे नाही. तो त्यांचा फारसा मित्रही वाटत नाही. परिस्थितीच्या संदर्भात या दोन मित्रांच्या वर्तनाचे, वर्तनामागील भावबंधाचे धागे तो उलगडून दाखवतो असेही नाही. इतरांकडून माहिती मिळवून त्यावर सार्वत्रिक सत्याचा आभास निर्माण करणारी वाक्ये बोलण्यापलीकडे हा कृतिशून्य निवेदक जात नाही.

जी गोष्ट मैत्रीची तीच प्रेमाची. मकरंद-जयमंगला यांच्या प्रेमाचे स्वरूप, त्याची तीव्रता, सामाजिक दोष पत्करण्याची त्यामागची भूमिका या गोष्टी कादंबरीत कुठेही येत नाहीत. जसे मनोहर व कानिफनाथ यांची गाढ मैत्री होते. हे गृहितक स्वीकारायचे तसेच मकरंद जयमंगलाचे प्रेम सच्चे होते हेही गृहितक वाचकांनी स्वीकारायचे. ही दोन्ही गृहितके आहेत. वाचकाला प्रत्ययाला येणारे मानवी मनाचे अनुबंध नाहीत. प्रेमाची उत्कटता, सच्चेपणा कादंबरीत प्रसंगांतून दिसत नाही. दिसते ते चर्चमध्ये एकांतात मकरंदचे आसक्त होणे, जयमंगलाने नकार दिल्यावर त्याचे होणारे वीर्यपतन. स्त्रीसुखाला उतावीळ झालेल्या मकरंदला मुंबईची सुंदर मुलगी आवडली नाही तरच नवल. तात्पुरत्या कामवासनेला प्रेम म्हणण्यापलीकडे निवेदक काही करू शकत नाही. 'जयमंगलेला जास्त चांगला मुलगा मिळायला पाहिजे होता' हे ॲलिसचे वाक्य निवेदकाच्या नकळतपणे या

प्रीतीच्या डोलाऱ्याचे मूल्यमापन करते.

ॲलिस ही ख्रिश्चन असूनही संस्कृतज्ज्ञ, पुरोगामी विचारांची, दंगलग्रस्त गावात धीटपणे फेरफटका मारून येणारी तरुणी, ॲलिसच्या रूपाने एक हुशार स्त्रीवादी पात्र निर्मिण्याचे, स्त्रियांबाबत संकुचित, पारंपरिक दृष्टिकोन न स्वीकारण्याचे श्रेय निवेदकाला मिळू शकते. 'राहीच्या स्वप्नांचा उलगडा' मधली राही याच प्रकारची तडफदार स्त्री. पण दुसरीकडे 'दोन मित्र' मधील इतर स्त्रीपात्रे कशी दिसतात? मनोहरची बायको मकरंद प्रकरणाने चिडलेली. ती पारंपरिक जाती-रिवाज जपणारी. शेजारच्या मेहेरवस्तीतील मुलांना दूर ठेवणारी. पण दंगलीत त्यांनीच आश्रय दिल्यावर व्यावहारिक शहाणपणाने त्यांच्याशी थोडे बरे वागणारी. तिचे नवऱ्याशी किंवा मकरंदशी संभाषण कादंबरीत कुठेही न आल्याने घर, संसार, वगैरेबाबतची भलीबुरी मते झाकून ठेवली जातात. तिचे व्यक्तिमत्त्व कुठे प्रभावीपणे विकसित होऊ दिले जात नाही. परंपरावादी स्त्रीलाही प्रभावी व्यक्तिमत्त्व असू शकते. (उदाहरण द्यायचे झाल्यास नवऱ्याचा खून झाल्यावर दिराशी व्यावहारिक शहाणपणाने लग्न करणारी हॅम्लेटची आई हे पात्र हॅम्लेटपेक्षा बुद्धीने कितीतरी खालचे, नीतीने जवळजवळ विरोधी, खलनायकाच्या प्रेमातले. पण शेक्सपिअर दोनचार प्रवेशातूनच ते प्रभावीपणे उभे करतो. हॅम्लेटच्या चित्रणाला बाधा न आणता आणि तिला लेडी मॅकबेथप्रमाणे कुटील राजकारणी न करता. गर्टूड ही स्वत:चे सुख पाहताना रुळलेला मार्ग चोखाळणारी, प्रचलित रीतिरिवाज सांभाळणारी, हॅम्लेटशी तुलना करता सामान्य पातळीवरील सामान्य स्त्री. पण ती स्वत:चे सामान्य व्यक्तिमत्त्व घेऊन उभी राहते.) मनोहरची बायको तशी व्यक्तिमत्त्व न घेताच केवळ कौटुंबिक साच्यामध्ये टाकलेली स्त्री आहे. कानिफनाथाची बायको तर 'भूतबाधा' झाल्यासारखी वावरते. हे 'भूत' खरे नाही, असे निवेदक अस्पष्टपणे सुचवतो. पण तिची मानसिकता न उलगडताच. त्यामुळे तिचेही व्यक्तिमत्त्व—मग ते पारंपरिक, भोळ्या समजुतींवर आधारलेले का असेना—उभेच राहत नाही. रोहिणी बाबत तर ती परजातीच्या मुलाच्या प्रेमात पडली एवढा उल्लेख सोडला तर काही कळतच नाही. किंबहुना रोहिणीचे पात्र घातले नसते तरी निवेदनात फारसा फरक पडला नसता; म्हणजे ते घातल्याने निवेदनाच्या रचनेत आणि परिणामात काही भर पडते असे नव्हे. जयमंगलेचे पात्र रंगविण्याचे काम अर्ध्यावरच सोडून दिल्यासारखे वाटते. प्रेमात फसलेली व फसवली गेलेली तीही एक पारंपरिक प्रेयसी राहते. म्हणजे ॲलिसच्या निर्मितीमागे पुरोगामित्वाचे मिळणारे श्रेय या चार पात्रांच्या अविकसित पण पारंपरिक राहण्याने अधिक

तळपते होण्याऐवजी निवेदकाच्या स्त्रीबाबतच्या खऱ्या दृष्टिकोनाबाबत आशंका निर्माण करते.

म्हणजे दिलेल्या पाठ्याचे वेगळ्या तऱ्हेने अर्थविवरण होऊ शकते. एकदा पाठ्याची निर्मिती झाल्यानंतर त्यातून हवा तो अर्थ काढण्यास वाचक मोकळा असतो. नव्हे तो त्याचा हक्कच आहे. महाभारताचे पाठ्य इरावती कर्वे एका अर्थाने वाचतात. दुर्गाबाई भागवत आणखी एका अर्थाने वाचतात. डॉ. आंबेडकर आणखी वेगळ्या प्रकारे त्याचा अर्थ लावतात. हे झाले विचारवंतांचे अर्थान्तरण. आजवर अनेक मराठी लेखक-कवींनी महाभारताचे त्यांच्या त्यांच्या परीने अर्थान्तरण केले आहे.

वरील अर्थविवरणातून एक गोष्ट स्पष्ट व्हावी: वरवर दिसणाऱ्या पाठ्याच्या उद्देशाला किंवा सर्वसामान्यपणे वाचकांना लागणाऱ्या पाठ्याच्या अर्थाला विरोधक असे पुरावे पाठ्यातच मिळू शकतात. वरवर पाहता दंगलीने अस्वस्थ, हतबल झालेल्या 'मैत्री' चा जाहीरनामा वगैरे काढणाऱ्या मनोहरच्या वृत्तीला विरोधी अशी एक जातीय वृत्ती व मैत्रीबाबत धूसरतेची शक्यता कादंबरीतच आढळते. किंवा स्त्रीवादी भूमिका मांडण्याच्या निवेदकाच्या प्रयत्नाला इतरत्र त्याला विरोधक असा स्त्रियांबाबतचा पारंपरिक पुरुषी दृष्टिकोन कादंबरीतच सापडू शकतो. कादंबरीच्या रचनेची अशी विरचना करणे चाणाक्ष वाचकाला शक्य असते. साहित्यकृती ही भाषाधिष्ठित असण्याचा हा परिणाम आहे आणि त्यातून सुटका नाही. मूल्यांकन, पारंपरिक समीक्षेतून करायचे आस्वादन वगैरे गोष्टी या विरचनेत, या वाचक प्रतिसादात दुय्यम ठरतात.

.४.

साहित्यकृती ही अखेर केवळ एक भाषा-रचना असते. त्यामुळे तिच्या निर्मात्याच्या भाषा-क्षमतेचे दर्शन तिच्यातून घडते. 'दोन मित्र' मध्येही लेखकाच्या भाषा-क्षमतेबाबत याआधी नोंदवलेल्या निरीक्षणांना पुष्टी देणारे अनेक पुरावे आढळतात. उदाहरणार्थ 'धारदार सुरीसारखी नजर' (पृ. १५), 'जळत्या/जळजळीत नजरेनं पाहणे' (पृ. २१, ९५) असे शब्द-साहचर्य, 'पोराटकी' (पृ. १०) 'धूळधूळ' (पृ. ६२), 'लेकराजवळ थांबतो (पृ. ७६) असे कधीकधी बोलीतील प्रयोग, तर 'नवीन प्रविष्ट होणे' (पृ. ७) 'न्यायिक चौकशी (पृ. ४२) 'व्यंगात्मक', 'आत्मपीठक' (पृ. ९५) असे काही ठिकाणचे संस्कृतप्रचुर शिष्ट प्रयोग याही कादंबरीत आहेत.

क्रियापदहीन वाक्याचे सुटसुटीतपणासाठीचे प्रयोगाचे भाषावैशिष्ट्य या कादंबरीत आढळते:

७) 'अपराध्यासारखे दोन मित्र त्यांच्यासमोर, खाली सतरंजीवर मांड्या घालून बसलेले. कानिफनाथ. त्याचे पांढरे केस. वाढलेली पांढरी दाढी, ओघळलेला चष्मा. ओघळलेला ओठ. मांडीवरची काळी टोपी. धरणीवर खिळलेला नजर.' (पृ. ५७)

मात्र याचा फार सूचक वापर एका ठिकाणी केलेला आढळतो. समाजातील कप्पेबंदपणा दाखविणारा :

८) 'तीही भिंतीआड नाहीशी झाली. भिंती आणि भिंती आणि भिंती' (पृ. ५७)

वाक्यघटकांचे वाक्यान्ती स्थानान्तरणाचीही भरपूर उदाहरणे या कादंबरीत सापडतात.

९) 'पहिल्यांदा टॉवर, चार घड्याळांचं.' (पृ. २)
१०) 'मी गडबडून गेलो, थोडं.' (पृ. ४)
११) 'मग त्या दोघांनी म्हटलं... माझं बोलून झाल्यावर.' (पृ. १५)
१२) 'बाजारातली एक गाय मागं ढुसण्या देऊ लागली, सायकलीला.' (पृ. १०)
१३) 'आता पुढचे काही प्रसंग सांगायचे आहेत, क्रमशः' (पृ. १५)
१४) 'मी आणि दिलीप नंतर बसून राहिलो, उदास, कोणी येण्याची वाट पाहत, गोपाळजवळ, त्या दवाखान्यात-' (पृ. ७६)

(१४) मधील स्थानान्तरण हे कृत्रिम आहे. माणसाच्या सहज अशा बोलण्यातील (भाषणातील नव्हे) आणि लेखनातील शब्दक्रम यात नेहमीच फरक असतो. पण बोलण्यातील शब्दक्रमाला बोलण्याचा एक ताल, एक ओघ असतो. बरेचदा हा बदल बोलता बोलता केलेल्या विचारातील टप्पे दाखवतो. १४) मधील शब्दक्रम बदल किंवा स्थानान्तरण या दृष्टीने कृत्रिम आहे तर विशेषतः (११) व (१३) मधील स्थानान्तरण नैसर्गिक आहे.

नैसर्गिक बोलण्याचा ताल या कादंबरीत सासणे फार चांगल्या रीतीने दाखवतात. निवेदकाचे या कादंबरीतले निवेदन हे औपचारिक 'निवेदन' न राहता बोलण्यामधले 'सांगणे' या रूपात येते.

१५) 'त्या सांगत राहिल्या, कसं तिचं लग्न अजून व्हायचंय. कसं स्थळ चालून आलेलं आहे. कसं ते लोक कर्मठ आहेत.' (पृ. १८-१९)

१६) 'एक बाई मला माईबद्दल सांगू लागली की, कसं माई पुरुषी आवाजात बोलताहेत, कसं शिव्या देताहेत.' (पृ. २१)

१७) 'मी आणि दिलीप नंतर बसून राहिलो, उदास, कोणी येण्याची वाट पाहत, गोपाळजवळ, त्या दवाखान्यात.' (पृ. ७६)

१८) 'मी पाहत राहिलो, त्यांना समजावत, रागावत.' (पृ. ३१)

१९) 'सायकलची घंटी वाजली, ओळखीची, खिडकीतून.' (पृ. ३२)

२०) 'याने काय वाईट केलं; गोपाळनं?' (पृ. ७५)

२१) 'माझ्याजवळची मफलर मी कानिफनाथाला गुंडाळली कानाला.' (पृ. ३१)

या कादंबरीत दोन खटकणारे तर एक आश्वासक असे नवीन विशेष सापडतात. एक एरवी बऱ्यापैकी वर्णन करणारा लेखक अल्प सुसंबद्धता असणारी वाक्ये लिहितो; दंगलीनंतरचे हे वर्णन या स्वरूपाचे:

२२) 'इतकं होऊन आपल्याला समजलं नाही. हां, पण दोन मांजरं भांडत होती. कदाचित त्यांना कळलं असेल, तो उद्रेक, तो द्वेष त्यांच्यापर्यंत पोहोचला असेल हवेतून. दोन पोलीस पाहताहेत. एक ओळखीचा असावा. त्याने हसून नमस्कारसदृश हालचाल केली. एक गाढव रस्त्यावर शांत उभं.' (पृ. ४२)

दोन वर्णनामध्ये चित्रपटातून कॅमेरा जसं एखादं उघडपणे विरोध दाखविणारे प्रतीक शोधतो तसा विरोध दाखवला जातो. (२२) मधील गाढवाचं वर्णन या प्रकारचे.

२३) 'गावाच्या दिशेने आम्ही निघालो, कर्फ्यू नव्हता, पण माणसंच नव्हती. तणाव होता, भीती होती, स्तब्धता होती. माझी छाती धडधडत राहिली. एक जळणारी टपरी, शांतपणे जळणारी टपरी, जणू एखादी चिता जळणारी. धूर निघत होता. हातगाडी उलथली होती. बटाटे विखुरलेले रस्ताभर

तसेच. ते अजून कोणी उचलले नाहीत. रक्तही सांडलेलं एका ठिकाणी. चप्पलही पडलेली. काचा पडलेल्या. आम्ही जातोय तर वरच्या मजल्यावरून गृहिणी पाहतेय तिचं बाळ आमच्याकडे पाहून हसतंय.' (पृ. ४१)

(२३) मध्ये दंगलीचे आधीचे वर्णन भीषणता दाखविणारे हसणारं बाळ याला विरोधी असे प्रतीक.

२४) 'रिकामे रिकामे रस्ते, पोलीस थांबताहेत, पण जाऊ देतायत, चौक, टॉवरचा चौक. इथं काल युद्ध झालं. चौकात बघवत नव्हतं. स्टेज आणि कापडी फलक अर्धा जाळलेला, तिथं पोलीस काहीतरी पंचनामा वगैरे चाललेला आणि कुठून कुणास ठाऊक, आलेलं एक नागडं मूल. ते पाहतंय या साऱ्याकडे, नवलान.' (पृ. ४२)

दंगलीने आणलेलं उजाडपण आणि मुलाचं नागडेपण यात साम्य आहे, सर्व फिटून गेल्याचं. पण विरोध आहे हिंसेचा निगरगट्टपणा आणि निष्पापतेतील नवलाईचा. ज्याला 'फिल्मी टेक्निक' असे म्हणता येईल ते या कादंबरीत प्रथमच आढळते. त्याचा सोपेपणा आणि बटबटीतपणा यामुळे ते खटकते.

तिसरा जो विशेष आहे तो नवा आहे आणि परिणाम साधण्याची त्याची क्षमता तो मर्यादित ठेवण्यावर अवलंबून आहे. सासणे फारसा विनोद साधत नाहीत. पहिल्या तीनही कादंबऱ्यात अभावाने विनोद सापडतो. 'दोन मित्र' मध्ये सासणे उपरोधाचा वापर चांगला करतात. या उपरोधात अलंकरण नाही, शब्दावर खेळ नाही, खांडेकरी पद्धतीने जीवनविषयक सत्य सांगण्याची घाई नाही. चपखलपणा आणि उपरोध यांच्या मिलाफाने खूप चांगला परिणाम साधला जातो: उदाहरणार्थ जाहीर व्याख्यानाला निवेदक 'बौद्धिक मनोरंजन' (पृ. २५) म्हणतो. इतर उदाहरणे:

२५) 'माणसं बोलून जास्त बेजबाबदार होतात.' (पृ. २७)
२६) 'आयुष्य म्हणजे एकत्र बांधलेला 'केऑस' वाटतो आहे.' (पृ. ३५)
२७) 'माणूस असण्याच्या आधी माणूस कोणीतरी असतो ही किती विलक्षण गोष्ट आहे.' (पृ. ९७)
२८) 'कॉलेजमध्ये शिकवण्याची प्रथा बंद पडली आहे.' (पृ. ९८)

२९) 'नंतर शतकांचा सोशिक आशावाद एकदम जागा झाला.' (पृ. १०१)

३०) 'म्हणजे लज्जा नावाची गोष्ट शिल्लकच नाही.' (पृ. १०३)

अर्थात हे सर्व शैलीविशेष—वाक्यघटकांचे स्थानान्तरण, क्रियापदहीन वाक्ये, संस्कृतप्रचुर व बोली भाषेचे अधूनमधून डोकावणारे भाषाखंड—सासण्यांचे आहेत. 'दूर तेथे दूर तेव्हा', 'सर्प', 'राहीच्या स्वप्नांचा उलगडा' आणि 'दोन मित्र' या चारही कादंबऱ्यात ते दिसतात. 'दूर तेथे दूर तेव्हा', 'सर्प', 'राहीच्या स्वप्नांचा उलगडा' यामध्ये निवेदक हा बाहेरचा, अदृश्य असा आहे. याला एरवी 'लेखक हाच निवेदक' असेही म्हणतात. पण 'दोन मित्र' चा निवेदक हा त्रयस्थ नाही. तो धर्मान्तरित ख्रिश्चन, वृद्ध व चर्चची देखभाल करणारा आणि दोन मित्रांचा मित्र असणारा 'रद्दीवाला' आहे. कथेचा तो एक भाग आहे. त्याची भाषा ही त्याच्या सामाजिक स्तरावरची भाषा असणे अपेक्षित आहे. पण त्याची भाषा आधीच्या त्रयस्थ निवेदकाचीच आहे. तीमध्ये फरक नाही. 'दोन मित्र' चा इतर कादंबऱ्यांशी संबंध जोडला नाही तर काय खटकेल? रद्दीवाल्याच्या भाषेत त्याच्या व्यवसायाचे, त्याच्या सामाजिक स्थानाचे फारसे प्रतिबिंब पडत नाही. एवढेच खटकेल. पण सासण्यांच्या या आधीच्या तीन कादंबऱ्या लक्षात घेतल्या तर 'रद्दीवाला' हा निवेदकच नाही. आधीच्या कादंबऱ्यातला अदृश्य निवेदक म्हणजे स्वत: लेखक हाच या कादंबरीचा निवेदक आहे हे जाणवेल. 'रद्दीवाल्या' निवेदकाचे खास भाषाविशेष देता आले असते तर निवेदनाची विश्वासार्हता वाढली असती; निवेदन एका अर्थाने 'वास्तववादी' म्हणून विश्वासार्ह झाले असते. यासाठी लेखकाला भाषेबाबत खास कष्ट घ्यावे लागले असते. चांगल्या साहित्यकृतीसाठी लेखकाला 'स्व' सोडावा लागतो. परकायाप्रवेश करावाचा लागतो; पण परकायाप्रवेश पुरेसा नाही—परवाचा प्रवेशही आवश्यक होतो. यशस्वी परकाया प्रवेशाची चांगली उदाहरणे जगातील वाङ्मयात बऱ्यापैकी सापडतात पण परवाचा प्रवेशाची उदाहरणे दुर्मीळच. दुसऱ्या माणसाच्या मनाचा वेध घेणे, त्याच्या दृष्टिकोनातून पाहणे कष्टाने जमू शकते. पण या 'दुसऱ्या' च्या मनातील त्याची भाषिक क्षमता जोखून त्याच्या भाषेत अभिव्यक्त होणे फारच कठीण—एवढी ताकद असणारा साहित्यिक विरळाच.

- ० - ० - ० -

.५.

दुश्चिन्ह आणि चाफ्याचे फूल

.१.

दोन भागात लिहिलेली ही अवघ्या ७६ पृष्ठांची कादंबरिका. २००९ साली प्रकाशित झालेली मात्र 'साधने' च्या दिवाळी अंकात ती १९९६ मध्येच प्रसिद्ध झाली. तीवरच्या नाटकाचा प्रयोग २००० सालचा. दुश्चिन्ह हा पहिला भाग. यात एक सधन शहरी चौकोनी उच्च मध्यमवर्गीय कुटुंब हळूहळू कसे ऱ्हासमान होते, कसे निराश, उदास, भेदरट बनते हे दाखविले आहे. यात लेखकानेच एकूण तेरा प्रसंग घातले आहेत. या तेरा प्रसंगात बुटुंभूत व चर्चिल या भुतांचे सहा संवाद आहेत. ही भुते ना पात्रांच्या मनातील, ना काही काम करणारी. माणसाच्या पतनाची वाट पाहत आनंद मानणारी ही भुते—माणूस फिरून आशावादी होऊन रसरशीतपणे जिवंत होईल ही त्यांची एकमेव भीती. भुतांच्या संभाषणाने घटना घडत नाहीत, क्वचित माणसांबाबत ते निवेदन करतात, पण बहुतेक वेळा रटाळ तात्त्विक चर्चा करण्यात ती वेळ घालवतात. एका भुताचे नावच 'चर्चिल' आहे. ही चर्चा मानवी पात्रांच्या बुध्दीपलीकडची होते असेही नाही, किंबहुना ती माणसांसारखीच बोलतात, वागतात. भुतांचे हे संभाषण कादंबरीला आवश्यक आहे असेही नाही.

या तेरा भागात काय घडते? काय विकसित होते? कोणता मानवी प्रश्न वा संघर्ष उभा राहतो? अरुंधती व शेखर हे मध्यमवयीन जोडपे. मुलगा विश्वजित फोटोग्राफीच्या स्पर्धेत भाग घेणारा. मुलगी अनुया होस्टेलमध्ये राहून कॉलेज करते. अरुंधतीला तिच्यात व नवऱ्यात अंतर वाढत आहे, असे वाटते आणि त्याबाबत आपण काही करू शकत नाही अशी अगतिकताही वाटते. अचानक तिची कॉलेजमैत्रीण सुजाता येते. ती कविता करते. कॉलेजात अरुंधती देखणी म्हणून प्रसिद्ध. तिचे लवकर लग्न झाले वगैरे माहिती सुजाता-अरुंधती

संवादात मिळते. सुजाताच्या संगतीत शेखर खुलतो. तोही पूर्वी कविता वगैरे वाचायचा. पुढच्याच सहाव्या प्रसंगात शेखर सूडाने आनंदित झालेला दिसतो. नाडकर्णी हा त्याचा व्यवसाय शत्रू. त्याच्या मुलाने—उदयने ॲक्सिडेंटमध्ये एका म्हातारीला उडवल्याचे शेखर पाहतो. शेखर मोटरसायकल ओळखतो. नाडकर्ण्याच्या मुलाला जेलमध्ये पाठविण्याची संधी त्याला मिळते. अरुंधतीला हा आसुरी आनंद भयचकित करतो. 'दोन मित्र' मध्ये 'मनोहर कुटील नाही' असे म्हणून निवेदक मनोहरच्या बाळाला पुस्तके न देण्याच्या निर्णयाचे निवेदन करतो. मानवी मनात अचानक बदल होतात, त्याला कारण असतेच असे नाही, हे लेखकाला सांगायचे आहे. येथेही 'शेखर दिलदार होता. मोठ्या मनाने वागणारा होता' (पृ. ४७) असे अरुंधती म्हणते व त्याचा हा विकृत निर्णय सांगते. मानवी मनाची अथांगता यातून दिसावी असा लेखकाचा हेतू असावा. पण मानवी मनाचे काही खरे नाही, असे म्हणून पात्रांच्या वर्तनाचे समर्थन करण्यात एक प्रकारचा लंगडेपणा आहे. निवेदकाची मानवी स्वभावाची समज अर्धीकच्ची आहे असाही अर्थ यातून निघू शकतो.

याच वेळी अरुंधतीला एका मंडळाचा फोन येतो. त्यांना एक तरुण, नवीन कवयित्री अध्यक्ष म्हणून हवी असते. अरुंधती मुद्दामच—कदाचित असूयेने—सुजाताचे नाव सांगत नाही. शेखर व अरुंधती यांच्यातील मानवी मूल्यांची घसरण येथे स्पष्ट होते.

आपण सुजाताचे नाव दिले नाही हे बरे नाही, असे वाटून अरुंधती तिला पत्र लिहिते—मात्र त्यात प्रामाणिक कबुली नाही. (महिला मंडळाला फोन करून सुजाताचं नाव पुन्हा देता आलं असतं.) पत्र टाकण्याच्या निमित्ताने विश्वजितचे खिसे तपासताना तिला त्याच्या प्रेयसीचा रुमाल सापडतो. रचनेच्या दृष्टीने ही जोडणी सहज व सफाईदार आहे. त्यातून मग लगेच आई-मुलगा यांचा संवाद. त्याची मैत्रीण त्याला 'गट्स्' नाही म्हणते. बकरीचा फोटो काढण्याच्या कल्पनेची खिल्ली उडवते. त्याचा आत्मविश्वास जातो, स्पर्धेत भाग न घेण्यामागे हे कारण वगैरे माहिती या संभाषणातून मिळते. आठव्या प्रसंगात उदयचे दोन मित्र शेखरने ॲक्सिडेंटच्या संदर्भात पोलिसांना उदयचे नाव सांगू नका म्हणून विनंती करतात. शेखर ती फेटाळून लावतो. अरुंधतीला हा अतीव द्वेष व्यथित करतो. घर असं खाली जाण्यात आपलं काय चुकलं हा तिचा प्रश्न. मग पुन्हा नवव्या प्रसंगात भूत. संवाद सकारात्मक विचार केल्याने चाफ्याला फूल येईल, हे घर परत सावरेल असे त्याचे सार.

दहाव्या प्रसंगात घरातले उरलेले चौथे पात्र अनुया, हेही कसे भेदरलेले आहे हे सांगण्यात येते. तिला अश्लील फोन येतात. अरुंधती हे शेखरला सांगते. त्याचा संशय नाडकर्णींच्या उदयवरच. अनुयाला ते पटत नसल्याने तो तिलाच दोषी धरतो. अनुया, अरुंधती या आरोपाने खचतात. अकराव्या प्रसंगात दोघे बहीण भाऊ कसे भेदरलेले, खचलेले याचे निवेदन येते. शेखर शशिकांतशी भागी तोडण्याचा निर्णय सांगतो. तो दारूच्या नशेत. नांदत्या घरावर घुबड बसल्याचे अरुंधती दुश्चिन्ह पाहते. ती शशिकांतला फोन करते. सबुरीने घेण्याचे सांगते. तो चांगलाच असतो, तडकाफडकी काही करणार नाही असे अरुंधतीला आश्वासन देतो.

बारावा प्रसंग पुन्हा विश्वजितच्या स्टुडिओत भूत-संवादांचा. आई व मुले निराश व हताश झाल्याने ते आनंदी. कलेविषयी त्यांची चर्चा. अनुया विश्वजितला शेखरला बरे नसल्याचे सांगून बोलवायला येते. डॉक्टर त्याने दारू पिऊ नये असे सांगतात. त्याच्या आत्महत्येचे विचार येण्याच्या शक्यतेचेही सूचन करतात. अरुंधती आता मात्र कुटुंबाला सावरण्यासाठी निश्चयाने उभे राहण्याचे ठरविते.

तेराव्या प्रसंगात पुन्हा भूत-संवाद. सर्व घरच नैराश्याच्या खाईत लोटल्याने ते आनंदी. सर्वांच्या आशा गोठलेल्या. पण अजूनही चाफ्याला फुले येऊ शकतील ही भीती. दोन्ही भुते स्वप्ने पाहतात. आनंदाने नाचतातही—'चकचक चंदेरी' हे प्रभातच्या चित्रपटातील गाण्यात बदल करून.

अरुंधतीला दुश्चिन्ह दिसणे (पृ. ५८), तिचे हताश होणे (पृ. ६०) व 'अस्तित्वासाठी' झगडा द्यायला ती मनोमन तयार होणे (पृ. ६१) या सर्वच गोष्टींचे निवेदन हे पटापट एकामागून एक येते. अल्पावधीत खचून अल्पावधीतच सावरलेली अरुंधती आता दुसऱ्या भागात—'चाफ्याचे फूल'—मध्ये काहीतरी करेल अशी अपेक्षा निर्माण होते. अरुंधतीची निष्क्रीयता दुसऱ्या भागात जाते का?

'चाफ्याचे फूल' मध्येही लेखकाने १३ भाग केले आहेत. 'आंतरिक इच्छा नष्ट करता येत नाही' 'निर्मात्याचा चांगुलपणा शेवटी तारतो', अशा तऱ्हेची पुढच्या घटनांचा नूर काय असेल हे सुचविणारी विधाने चाफाच करतो. शेखरच्या ओळखीची कुणी तरुण मुलगी एका कोर्ससाठी आठ दिवस राहायला येण्याची माहिती अरुंधतीच्या स्वतःशीच होणाऱ्या संवादातून मिळते—हेही लघुकथेत आवश्यक असणारे तंत्र. शेखर अजूनही निराश, द्वेषी व पेताड. दुसरा प्रसंग पहिल्यातील पहाटेला सलगपणे जोडलेला. पहाटेच किरणमयी राहायला

येते. अनुया-किरणचे सूत लगेच जमते असे निवेदन होते. विश्वजित व किरणचेही स्नेहसंबंध पहिल्याच संभाषणात जुळतात. किरणच्या बोलण्याने तो आनंदी, आशावादी बनतो. पल्लवीबद्दल तो लगेच सर्व सांगून टाकतो. किरण अनुयासह त्याला मेंढीचा फोटो काढायला नेते. तिने बसमधून मेंढ्या पाहिलेल्या असतात. सोनेरी प्रकाशातल्या निष्पाप मेंढीचे छायाचित्र घेणे ही विश्वजितची कल्पना तिच्या दृष्टीने भारी. विश्वजित फोटोग्राफी स्पर्धेचा फॉर्मही भरतो. या भागातील सात भूत-संवादातला पहिला येथे येतो. किरणच्या सर्वांना उत्तेजन देण्याच्या कृतीने ते चिंतित. तिसऱ्या प्रसंगातील शेखर-किरण संवाद हा माहितीसाठी. किरणचे वडील शेखरचे जुने मित्र. ते पैशामागे लागले नाहीत. पण ते समाधानी आहेत तर आपण पैशामागे लागून असमाधानी राहिलो असे आत्मपरीक्षण आधीचा बेताल होऊ पाहणारा शेखर स्वत:च नोंदवतो. दोघेही नवरा-बायको किरणच्या आगमनाने तासाभरातच भारावलेले दिसतात. पात्राच्या मानसिकतेत होणाऱ्या बदलाबाबतची भरारी चौथ्या प्रसंगात मारली जाते. सर्वजण शेखरच्या फॅक्टरीत एकमेकांना आश्चर्याचा सुखद धक्का देण्यासाठी किरणच्या व्यवस्थापन कौशल्याने येतात. अरुंधती पॅकिंग सेक्शनमध्ये काम करताना शेखरला आढळते. किरणच्या आग्रहाने ती आलेली. विश्वजितही फॅक्टरीत कामावर—किरणमुळे. शशिकांत, अनुया, अरुंधती, किरण, विश्वजित हे शेखरची वेटिंग रूममध्ये वाट पाहतात. केक कापून त्याला वाढदिवसाच्या शुभेच्छा देण्यासाठी. पहिल्या भागात निवेदकानेच सांगितलेल्या पात्रांच्या मानसिक समस्या—त्यांची मने निष्क्रिय, निराश वगैरे होणे—अवघ्या दहा पानात फटकन सुटतात!

पाचवा प्रसंग इतर बारीकसारीक प्रश्न आनंदाने सोडविण्याचा. किरण शेखरला 'जोक्स्' सांगून हसवते—वाचकाला एकही जोक निवेदक सांगत नाही. त्याला फक्त हसण्याचा आवाज येतो. तिचे वडील शेखरला जोक सांगायचे म्हणून तो तिच्याकडूनही जोक ऐकतो व हसतो. सगळ्यांना फॅक्टरीत आपणच आणल्याचे किरण अरुंधतीला सांगते. 'आपल्या जवळचं दुसऱ्याला देण्यात आनंद असतो' असे बालामृतासारखे सत्यवचनही ती अरूंधतीला ऐकवते. अरुंधती मग सुजाताला महिला मंडळाच्या कार्यक्रमाच्या अध्यक्षपदाचे निमंत्रण देणारे पत्रही पाठवते. किरण बागेत नव्या बिया लावण्याचे ठरवते.

सहाव्या प्रसंगात 'बोलण्याने प्रश्न सुटतात' असे बालामृती सत्यवचन सांगून अरुंधती शेखरशी संवाद साधते. शेखरही चर्चेस तयार.

पहिल्या भागातल्या पहिल्या प्रसंगातील सांगितलेले मानसिक दूरत्व या

बोधवचनाने एकदम संपते. शिवाय 'राहीच्या स्वप्नांच्या उलगडा'मध्ये राही जशी वडलांच्या डायरीच्या शोधात 'आत्मशोध' असल्याचे सांगते तसेच नवऱ्याशी चर्चा करण्यात अरुंधतीचा 'आत्मशोध' घेण्याचा इरादा आहे. शेखर पुण्याला जाऊन अरुंधतीच्या बहिणीच्या लग्नासाठी प्रयत्न करण्याचा 'सुखद' इरादा व्यक्त करतो. तो आता पार्टनरशिप सोडणार नसतो व साने गुरुजींच्या शहाण्या बालकाप्रमाणे दारूही सोडून प्रेमळ, सालस वगैरे होणार असतो. अरुंधतीही त्याला आपल्याला सुजाताची असूया वाटली हे कन्फेशन देऊन पापक्षालन करते. सहाव्या प्रसंगात छोटेसे भूतसंवाद आहेत. त्यामध्ये किरण या 'पोरटी'ला दूषणे दिली जातात व चर्चा फसावी ही इच्छा व्यक्त होते. भुते दुःखी होतात.

पहिल्या भागातील दहाव्या प्रसंगात अश्लील फोनने भेदरलेली अनुया, तिचा निष्क्रीय बाप व भाऊ या भागातील सातव्या प्रसंगात पुन्हा येतात—मात्र आंतरिक बदल होऊन. आता अनुयाला अश्लील पत्रे येतात. किरणशी चर्चा केल्यावर विश्वजित सक्रीय होतो. शेखर त्यांना पाठिंबा देत चौघे पोलीस ठाणे गाठतात. या प्रसंगातील तिसऱ्या भूत-संवादात विश्वजित निर्णय घेऊ लागल्याचे विधान आहे. आठवा संपूर्ण प्रसंगच भूत-संवादाचा. यात घरात परिवर्तन होत आहे, सकारात्मक वातावरण निर्माण होत आहे, यातून भुतांचेच विघटन होणार वगैरे प्रसंगातून सहजपणे दिसणाऱ्या गोष्टी पुन्हा सांगितल्या जातात.

नवव्या प्रसंगात शेखरला किरणच्या वडिलांचा फोन आला ही माहिती निवेदक देतो. त्यामुळे शेखर अस्वस्थ होतो. शेखर-किरण संवादात एखादी गोष्ट करण्याच्या बाबतीत मन द्विधा झाल्यास 'योग्य ते करावं', 'चांगलं ते योग्य असते', 'चांगुलपणाशी संबंधित ते चांगले' असे तार्किकदृष्ट्या गोलगोल फिरवणारी वचने किरण सांगते व अखेर 'अंतर्मन चांगले काय आहे ते सांगते' असे वडिलांकडून शिकलेले अध्यात्मही सांगून मोकळी होते. माणसाने मनाची मदत घेतली नाही तर त्याचे आंतरिक सौंदर्य हरवते आणि आंतरिक सौंदर्य हरवणे म्हणजे शांती व प्रतिष्ठा गमावणे असे गूढवादी विधानही किरण करते. ही तिच्या आईची शिकवण. या दोघांच्या शिकवणीतून 'सकारात्मक विचार करा' असा निष्कर्ष काढणारा स्वतःचा विचार ती शेखरला शिकवते. हा आघात सहन न झाल्याने चर्चिल भूत निःशब्द होते.

दहाव्या प्रसंगात उदयविरुद्ध पोलिसांना काही सांगू नका अशी विनवणी करायला नाडकर्णी, त्याची बायको, उदय, त्याचे दोन मित्र येतात. आता हृदयपरिवर्तन झालेला सज्जन शेखर आपणही ॲक्सिडेंटमध्ये पाहिलेला मुलगा

उदयच होता असे ठामपणे म्हणू शकणार नाही, असे म्हणतो. पोलिसांना हे सांगण्याच्या बदल्यात तो नाडकर्णींची मैत्री मागतो. राजकपूरच्या गांधीवादी चांगुलपणाच्या चित्रपटातील दृश्यासारखा हा सर्व सज्जनांच्या दर्शनाचा प्रसंग आहे. यातील अति-सौजन्य, सारे कसे छान छान याचे हसू होईल या भीतीने मग लेखकच भुतांच्या तोंडी थोडी उपरोधिक वाक्ये घालतो:

१) 'त्यानंतर, त्या नाट्यपूर्ण घटनेनंतर कोणी कोणी गहिवरून रूमाल काढले, कोणी हसले, कोणी रडले, कोणी कोणाला ऋणाईत होऊन, भारावून मिठी मारली इत्यादी तपशील महत्त्वाचा नाही!' (पृ. ९६)

आणि सर्व सज्जन पात्रांना बक्षिसे देण्याच्या बालकथेच्या परंपरेप्रमाणे विश्वजित किरणकडे भारावून पाहतो. तर अनुया थेट उदयकडेच 'कटाक्ष' टाकते. प्रसंगाच्या शेवटी असलेल्या भूत-संवादात उघडपणे दिसणाऱ्या गोष्टींचीच पुनरुक्ती केली जाते.

अकराव्या प्रसंगात किरणमयी जाण्याच्या आदल्या दिवशी मेंढीचा फोटो काढला तिथे सर्वजण सहलीला जातात. अनुयाला त्रास देणाऱ्या मुलाला पकडल्याचं अनुया सांगते. किरणनं तिला धीट बनवल्याचं ती सांगते. किरण अरुंधतीला तिला इथे खूप प्रेम मिळाल्याचं सांगते. विश्वजितचा फोटो प्राथमिक फेरीत निवडला जातो. किरणनं खूप काही दिल्याचं अरुंधती सांगते.

बारावा प्रसंग भूत-संवादाचा. चाफ्याला फुले आल्याचे चर्चिल म्हणतो. किरणमध्ये चांगुलपणा असून ती सकारात्मक विचार करते अशी पुनरुक्ती भुते करतात. तेरावा प्रसंग अरुंधती-शेखर संभाषणाचा. किरणचे लग्न पैशाअभावी मोडल्याचा फोन तिच्या वडिलांनी केल्याचे शेखर सांगतो. विश्वजित-किरणचे जुळावे असे दोघांच्या मनात. गच्चीवर किरण, विश्वजित, अनुया. घुबड पळालेलं. घर चांदण्यात न्हाऊन निघते.

म्हणजे आठ दिवसात एक बाहेरची मुलगी एका कुटुंबातल्या चौघांना आनंदी, समजदार बनविते हा या कादंबरीचा विषय. पहिल्या भागाच्या शेवटी अरुंधती निश्चयाने उभी राहते. पण दुसऱ्या भागात ती काहीही न करता किरणच घर सावरते. अरुंधतीची व्यक्तिरेखा दुसऱ्या भागात दुय्यम होते. या कादंबरीत फारसे काही घडत नाही. जे घडते ते किरकोळ. किरकोळ घटनांचा मनावर होणारा आघात पिंजून मांडायचे तंत्र अनेक लघुकथांत वापरले जाते. आशा बगे, उर्मिला सिरूर, अंबिका सरकार, जातेगावकर इत्यादींच्या १९६० ते ८० पर्यंतच्या 'सत्यकथा' मधल्या कथा या स्वरूपाच्या. मेघना पेठेही याला अपवाद

नाहीत. व्यक्तीची बारीकसारीक दु:खे सूक्ष्मदर्शकाखाली धरून ती तपशिलाने मांडायची एक पद्धत या कथांमध्ये रूढ झाली. सासण्यांची ही कादंबरी याच वळणाची—दीर्घकथा या स्वरूपातली. केवळ लांबीवरून हे लेखन दीर्घकथा की कादंबरी हे ठरविण्यापेक्षा या दोहोंच्या रचनेतले फरक लक्षात घेऊन त्यायोगे या कादंबरीबद्दल बोलणे बरे होईल.

सलग कथनात्मक कादंबरी व कथेमध्ये निवेदन, वर्णन व संभाषण यांची गुंफण असते. निवेदनात लेखक थेटपणे पात्राच्या मार्गे किंवा सूक्ष्म रीतीने डोकावतो. प्रायोगितकेचा किंवा नवतेचा कितीही दावा केला तरी यातून सुटका नाही. याचे कारण लेखक निरुद्देशाने लिहीत नाही किंवा पात्रांच्या समूहाला त्याच्या त्याच्या प्रकृतीप्रमाणे संपूर्णत: वागू देण्याइतका लेखक हा परमेश्वर नसतो. मानवी मेंदूतील स्मृती, विचार आणि सम्यक दृष्टिकोन, यांच्या मर्यादा लेखनावर पडणे अटळ असते. 'व्यक्तिरेखाच माझ्याकडे अमुक-अमुक करण्याची मागणी करू लागल्या' किंवा 'लिहिताना माझा मी राहत नाही' यासारखी लेखन-पश्चात केलेली विधाने ही भासमय असतात.

सासण्यांच्या कुठल्याच कादंबरीत प्रायोगिकता नाही. कथनाची पारंपरिक रीती ते अनुसरतात. त्यात काही गैर आहे असे नव्हे. कथेमध्ये एक विशिष्ट मानसिक वा भौतिक वा संमिश्र अशी परिस्थिती लेखक मांडतो. विस्ताराच्या मर्यादेमुळे तिचा आवाका निश्चित असतो. Kews Garden या व्हर्जिनिया वुल्फच्या कथेत बागेतील एक किडा वाळलेल्या पानाखालून जाण्याच्या अवधीत बागेमध्ये दिसणाऱ्या मानवी संचाराचे असंबद्ध वाटावेत पण निरुद्देश नसणारे काही तुकडे सादर केले जातात. सॉमरसेट मॉम, ओ हेन्री, मोपांसा, कामू ते अलीकडच्या चार्लस बॅक्सटर, फ्रँक ओकोनर, पॉल फिलिपी, अॅण्डी डंकन, व्हिक्टर हेक, ऱ्हाय ह्युजेस, मेरी मॉरिस पर्यंत या लेखकांच्या कथांमध्ये संमिश्र परिस्थिती प्रभावीपणे मांडली जाते. कादंबरीचा आवाका मोठा असतो. तीमध्ये विविध भौतिक परिस्थिती आवश्यक नसल्या तरी शक्य असतात. या भौतिक परिस्थितींचे एकमेकांशी नाते पूरकत्वाचे किंवा विरोधाचे असू शकते. एकाच स्थलामधील कालानुरूप बदलणाऱ्या भौतिक परिस्थितीही अशा संबंधात बद्ध असतात. उदाहरणार्थ इंग्रजीत डिकिन्सच्या 'हार्ड टाइम्स' या कादंबरीत असे घडते. पेंडशांच्या गारंबीतही कालानुरूप परिस्थिती बदलतात. पामुख 'स्नो' मध्ये प्रामुख्याने तुर्कस्तानमधील बदलती स्थित्यन्तरे देत असला तरी विरोधासाठी जर्मनीतील परिस्थिती वापरतो. 'अॅना कॅरेनिना' मध्ये टॉलस्टॉय परिस्थितींमधला स्थलबद्ध

विरोध उलगडून दाखवतो. भौतिक परिस्थितीप्रमाणे मानसिक परिस्थितीतही पूरकता व विरोध दाखविले जातात. संमिश्र परिस्थितीमधला भौतिक विरुद्ध मानसिक हा विरोध अस्तित्ववादी कादंबरीकार खूप तीव्रतेने दाखवितात. कामूच्या 'आउटसाइडर'मध्ये फ्रान्स-अल्जियर्सच्या भौतिक परिस्थितीशी नायकाच्या मानसिक परिस्थितीचा वाढत जाणारा विरोध हा प्रभावी होत जातो. व्यक्तीची अस्तित्व-अवस्था तुलनेने स्थिर असली तरी तिची मानसिक-अवस्था अस्थिर असते. या अस्थिरतेला कधी विकास तर कधी स्वभाव म्हटले जाते. पण ही अस्थिरता मांडताना तिचे स्थिर अस्तित्वाशी नाते व भौतिक परिस्थितीशी असलेले संबंध कादंबरीत यावे लागतात. कथेत ते एका विशिष्ट परिस्थितीसाठी गृहीत धरले जातात. कथेचा भर या परिस्थितीचे पदर उलगडण्यावर असतो. कादंबरीत याबरोबरच संबंधाचे विविध पैलू उलगडावे लागतात. ते न केल्यास कादंबरीचे कथन विश्वसनीयता तरी गमावते किंवा कादंबरी दीर्घ कथा वाटते.

'दुश्चिन्ह व चाफ्याचे फूल' मध्ये काय होते? सुजाताच्या येण्याने निर्माण होणारी परिस्थिती व किरणमयीच्या येण्याने निर्माण होणारी परिस्थिती यात शेखरला निराशेतून बाहेर काढण्याचे साधर्म्य असले तरी त्यात संबंध नाही. किंबहुना सुजाताचे येणे ही एक चुणूक तर किरणमयीचे येणे हा मुख्य भाग अशी भावना वाचकाच्या मनात निर्माण होऊ शकते. दोन्ही पात्रांचे कार्य समान असताना दोघींना एकामागून एक आणण्यात लांबी पलीकडे कादंबरीत काही साध्य होत नाही. अरुंधतीच्या स्व-संवादातून किरणच्या येण्याची माहिती देण्यात एक संपूर्ण परिस्थिती कथेप्रमाणे गृहीत धरली जाते. तीमधील भौतिकता व मानसिकता यातील संबंध कुठे दाखविलेच जात नाही. अनुया-किरणचे जुळणे, विश्वजित-किरणचे जुळणे या गोष्टींना तर कशाचीच पार्श्वभूमी नाही. हे का व कसे झाले हे उलगडून दाखविणे कादंबरीत आवश्यक आहे. कथेमध्ये या व्यक्तिगत संबंधांना प्राधान्य नसते, तर एकवेळ चालले असते.पण या संबंधांवरच तर 'दुःश्चिन्ह व चाफ्याचे फूल' ची मुख्य भिस्त आहे. त्यामुळे ही दीर्घकथा मानली तरी याबाबतची विश्वासार्हता गमावली जाते. उदाहरणार्थ, पहाटे आलेल्या पाहुणीला आपल्याला कमी लेखणाऱ्या प्रेयसीबाबत सांगून लगेच पाहुणी म्हणाली म्हणून मेंढीचा फोटो काढायला कोण तरुण जाईल? आणि पहाटे गावाजवळील माळरानावर ज्या चरणाऱ्या मेंढ्या किरणला बसमधून दिसतात त्या सकाळी हे तिघे जाईपर्यंत तिथेच राहतात? शेखर, अरुंधती, शशिकांत यांच्यात घडणारा बदल असाच झटपट व प्रस्थापित होण्यास अवसर नसलेला. जागोजाग पेरणी

करत पुढे त्यातून नैसर्गिकपणे फुटणारे अंकुर कादंबरीत जोपासावे लागतात. सासणे अशी निगरण करीत नाहीत. शेखर, अरुंधती, विश्वजित यांची मानसिक परिस्थिती दाखविणे कादंबरीच्या दृष्टीने आवश्यकच होते. भौतिक व मानसिक परिस्थितींचे पूंज व त्यांची जोडणी केली असती तर पात्रामध्ये होणारे हे बदल विश्वासार्ह वाटले असते. 'दूर तेथे दूर तेव्हा' मध्ये नारायणच्या बाबतीत, किमान असा प्रयत्न सासण्यांनी केला आहे.

एखाद्या कृतीचे वर्णन न करता तिचा थेट परिणाम सांगण्याचे तंत्र कथेत वापरतात. कादंबरीत उलट कृतीचे स्वरूप तपशिलाने दाखवले जाते. किरण शेखरला जोक सांगते व बरेच दिवसानंतर शेखर हसतो हा परिणाम सांगितला जातो. पण शेखरला मित्राच्या जोक सांगण्याच्या वैशिष्ट्याची आठवण का येते, ते दोघे जोक कुठे व केव्हा सांगायचे, किरण कोणते जोक सांगते, असे तपशील देणे कादंबरीत शोभले असते. कादंबरीतील भुतांचे संवाद उघडपणे दिसणाऱ्या गोष्टी पुन्हा सागणे एवढ्याच उपयोगाचे दिसतात. ही भुते माणसांच्या कमकुवत, स्वार्थी मनाचे भाग आहेत असे वाटणे वा म्हणणे योग्य होणार नाही. कारण त्यांच्या संवादांनी तो परिणाम साधत नाही. भूतसृष्टी व मानवीसृष्टीची समांतर रचना करून कदाचित कादंबरीकाराला विविध मानसिक अवस्थांमध्ये ताण-तणाव, मनाची द्विधा अवस्था वगैरे गोष्टी दाखविता आल्या असत्या. ते न झाल्याने भूत-संवाद हे काहीसे निरर्थक, गरज नसलेले असे होतात. फसलेला नावीन्याचा तंत्र प्रयोग एवढेच भूत संवादाबाबत म्हणता येईल. विशिष्ट दिशेने कथन करत जाण्याची, कालानुक्रमात बदल न करण्याची सासण्यांची रचना-पद्धती आहे. एकाच वेळी अनेक संदर्भ वागवत कादंबरीचा पट विस्ताराने ते मांडत नाहीत. सासणे कथाकार आहेत. कादंबरी लिहिताना ते कथाकारच राहतात. म्हणूनच त्यांच्या कादंबऱ्यांना दीर्घकथा असे कोणी म्हटले तर त्याचा प्रत्यवाय करणे अवघड आहे.

साहित्यिकांचे स्थूलमानाने विलास सारंग ('ऐवजी' अंक ७, २०१०) म्हणतात, त्याप्रमाणे व्यक्तिवादी व समूहवादी प्रकार संभवतात. समूहवादी व्यक्ती ही अनेकात रमते, अनेकांचे म्हणणे ऐकते, अनेकांच्या बाजूने विचार करते, जीवन हे अनेकांच्या अस्तित्वाने व कृतींनी बहुरंगी, सातत्यपूर्ण बनते असे मानते. व्यक्तिवादी साहित्यिक एकांतात रमतो. तो एकांडा असतो. स्वतःच्याच फक्त अनुभवाचा तो खोलवर जाऊन वेध घेतो. लघुकथा ही व्यक्तिवादी साहित्यिकाला जवळची वाटते. विलास सारंग हे प्रामुख्याने लघुकथाकार. नेमाडे

हे समूहवादी वृत्तीचे आहेत—साहित्यातही त्यांचा एक समूह आहे; आनंद पाटील या समूहाला चेष्टेने 'भालचंद्र भजनी मंडळ' असे म्हणतात. समूहवादी साहित्यिकाला कादंबरी जवळची वाटते कारण समूहातील व्यक्तींच्या क्रीडेला कादंबरीचा विस्तारित अवकाश सोयीचा असतो. नेमाडे लघुकथा लिहू शकतील की नाही याबद्दल संशय घेणे रास्त आहे. सासण्यांची वृत्ती व्यक्तिवादी आहे.

(साहित्य व्यवहारातही सासणे समूहवादी दिसत नाहीत. ते कोणत्या गटात नाहीत. त्यांची भलावण करणारा किंवा पाठराखण करणारा गट नाही. प्रसिद्धी माध्यमांच्याद्वारे किंवा संमेलने, परिषदा, चर्चासत्रे, पुरस्कार याद्वारे सतत प्रसिद्धीच्या झोतात राहण्याचा, त्यांच्यापेक्षा कमी वकुबाच्या इतर साहित्यिकांप्रमाणे केविलवाणा प्रयत्न ते करत नाहीत.)

मात्र याचा अर्थ ते समर्थपणे व्यक्तिचित्रण करतात असा नाही. लघुकथाकार एक विशिष्ट अनुभव, एक विशिष्ट संवेदना, एक विशिष्ट भावस्थिती, एका विशिष्ट दृष्टीने मांडतो. 'दूर तेथे दूर तेव्हा' मध्ये जीवनाची अतार्किकता, त्याची व्यर्थता नारायणच्या दृष्टीतून मांडली जाते. 'सर्प' मध्ये मानवी आसक्ती, धडपड याची निष्फळता मांडली जाते. 'दोन मित्र' मध्ये व्यक्तीच्या संदर्भातला राजकीय, सामाजिक घटनांचा फोलपणा, त्यातील सुप्त क्रौर्य मांडले जाते. 'दुश्चिन्ह आणि चाफ्याचे फूल' मध्ये जीवनाच्या सुरक्षततेसाठी चांगुलपणाची गरज मांडली जाते. ज्या घटनांच्या माध्यमातून हे मांडायचे असते त्या घटना प्रधान होतात. त्यातील पात्रे गौण असतात. कादंबरीत असे होत नाही. पात्रे कधीकधी घटनांना दुय्यम स्थानावर फेकतात. कादंबरीचा पल्ला हा केवळ विशिष्ट दृष्टिकोन मांडण्याच्या पलीकडचा, त्याहून मोठा असतो. 'दुश्चिन्ह आणि चाफ्याचे फूल' ही कादंबरी, कादंबरी म्हणून क्षीण वाटते ते यामुळे.

.२.

मुळात उच्च मध्यमवर्गीय सुखवस्तू गृहिणीला नवरा आपल्याला दुरावतोय असे वाटणे, स्वत: काही न करता योगायोगाने आलेल्या एका तरुण मुलीकडून आठवडाभरात घराची विस्कटलेली घडी नीट बसणे ही घटनाच मुळी आपातत: सामान्य व अल्प मूल्याची वाटते. तिच्यावर कादंबरी लिहायची झाल्यास या सामान्य अनुभवाचे रूप पूर्णत: बदलून टाकणे, व्यक्तिरेखांच्या स्वभावाची पूर्णत: उलट मांडणी करणे, विशिष्ट व्यक्तिरेखेच्या मनोवस्थेचे गहिरे रंग सहजपणे

उलगडत नेणे, सामान्य दिसणाऱ्या अनुभवाचा वाचकाला थक्क करणारा प्रत्यय देणे, अशासारखे प्रयत्न करणे आवश्यक आहे. या कादंबरीत तसे काही होत नाही. कदाचित या सामान्यत्वामुळे मुळातच कादंबरी होण्यासारखी ही घटनाच नाही असे वाटते.

दलित साहित्याचा अपवाद सोडला तर १९७० ते २००० या काळातील कथा साहित्य हे मध्यमवर्गाभोवती रूंजी घालत होते. ग्रामीण कथांतूनही बरेचदा फक्त भौतिक परिस्थिती ग्रामीण पण मानसिक परिस्थिती मात्र शहरी शिक्षित पिढीची अशीच दिसते. सासण्यांची कादंबरिका ही शहरी मध्यमवर्गीय कथेच्या प्रवाहातील आहे.

गंमत अशी की नकळतपणे या कादंबरीत ही शहरी मध्यमवर्गीय मनोवस्था दिसते. उदाहरणार्थ, जाईल तेथे आनंद पेरायच्या गोष्टी सांगणारी किरण बंगल्याच्या बागेत फुलझाडांच्या बिया पेरणार असल्याचं अरुंधतीला सांगते. ती, विश्वजित अनुया हे बागकाम कसे करणार?

२) 'पाला-पाचोळा' काढणार! माती टाकून घेणार! थोडी नवी रचना! बिया लावणार!... काका उद्या मजूर पाठवतो म्हणाले, मातीपण पाठवणार आहेत—' (पृ. ७९)

पैसा टाकून, मजुराकडून बाग करून घेऊन बागकाम केल्याची अशी तृप्ती ही शहरी सघन वर्गालाच मिळणारी आहे. काकाही बहुधा कारखान्यातलेच कामगार मजूर म्हणून पाठवणार असले तर नवल नाही.

किरणने सर्वांना सत्प्रवृत्त केले असे दिसते. पण मागे म्हटल्याप्रमाणे या सौजन्याला, या गोडगोड सात्त्विकतेला विरोध कादंबरी लेखनातूनच अहेतुकपणे डोकावतो व साहित्यकृतीची रचना ठिसूळ बनते. अनुयाला अश्लील पत्र लिहिणाऱ्याला पकडण्यासाठी हिंदी सिनेमातील हिरोप्रमाणे विश्वजित मारामारी करत नाही. तो पोलिसात जाण्याचे ठरवतो याचा परिणाम शेखरवर होऊन तोही या कार्यात सामील होतो. कसा?

३) 'तू गाडी बाहेर काढ! आपण जाऊ! ... आणि शशिकांतला फोन लाव! त्याचा कुणी भाचा आहे वाटतं, पोलीसमध्ये! ... चल बेटा!' (पृ. ८१)
स्वकर्तृत्व दाखविण्याऐवजी ओळखीने काम करून घेणे ही खास मध्यमवर्गीय

वृत्ती यात डोकावते.

याही कादंबरीत

४) 'पण मला काही स्टुडिओ टाकून बसायचं नाही, फोटो काढत लोकांचे.' (पृ. ७०)

असे बोलण्याप्रमाणे लेखन असणारी किंवा

५) 'ते घराकडे चालत राहिले, उमेदीने.' (पृ. ११४)

अशी निर्हेतुकपणे आलेली वाक्य-घटकांच्या स्थानान्तरणाची उदाहरणे आढळतात. पण त्यांचे प्रमाण ८ ते १० इतके खाली घसरले आहे.

-०-०-०-

. ६ .

आकृतिबंध : कादंबरी व नाटक

सासण्यांनी स्वत:च या कादंबरीचे नाट्यरूपांतर केले आहे. या रूपांतरातून अनेक गोष्टी स्पष्ट होतात. हे रूपांतर नाटक म्हणून कसे आहे?

पहिला अंक नऊ प्रसंगांचा (सीन्सचा). रंगमंचाचे तीन भाग नाटककार करतो. डाव्या बाजूला गच्ची. मधला भाग दिवाणखाना व कधी लॉन. उजवीकडचा भाग एक खोलीचा. खिडकी दिसते. तीमागे बेडरूम वगैरे. खोलीत फोन व कुंड्या. तिथलं फर्निचर चर्चिल व बुट्टंभूत हलवतात. भुतांचा रंगमंच व्यवस्थेसाठी केलेला हा चांगला वापर. उजव्या कोपऱ्यात चाफ्याचे झाड—त्याला फुलेही येतात. घुबडाचा आवाजही तेथूनच येतो. भुते ही प्रवृत्तीदर्शक आहेत असे नाटककार सांगतो.

उजवीकडे खोली, खिडकी, चाफ्याचे झाड, खिडकीतून बेडरूमची जागा दाखविली जाणे, अशा अनेक गोष्टी नेपथ्यकाराला अडचणीच्या आहेत. रंगमंचाचा मधला भाग कधी दिवाणखाना तर कधी लॉन हा वापरास सोयीचा असला तरी नेपथ्यास त्रासदायकच आहे. चाफ्याचे झाड, घुबड हे नाचतातही आणि झाड बोलतेही. प्रत्यक्ष रंगमंचावर हे सर्व करणे आणि तेही एखाद्या मिनिटासाठी कष्टाचे आहे. नऊ सीन्सपैकी पाच सीन्सचे स्थळ मध्यभागचा दिवाणखाना. उरलेल्या सीन्समध्ये गच्ची व खिडकीवाली रूम, चाफा यांचा वापर हा प्रामुख्याने भुते व चाफ्यासाठीचा. माणसांचे संवाद दिवाणखाना किंवा रूममध्ये देण्यात काही फरक पडत नाही. भुते व माणसे हे दोन विभिन्न स्तर एकाचवेळी दाखविण्यासाठी भुते बोलताना माणसे 'फ्रीज' करण्याचे तंत्र वापरायचे आहे. तीन वेळा भुते फ्रीज तर एकदा अनुया फ्रीज केली जाते. अरुंधतीच्या मनातील विचारांचे व्यक्त होण्याचे—तिच्या स्वगताचे—काम एकदा भूतही करते. पात्रांची ओळख संवादातून नैसर्गिकपणे न होता, भुते ती करून देतात. भुतांच्या बोलण्यातून त्यांना या कुटुंबाचे होणारे अध:पतन वाढवायचे आहे. सकारात्मक विचार,

माणसातील चांगुलपणा त्यांना दाबायचा आहे. त्यांना स्वतःला मुक्ती नको आहे. चाफ्याला फुले न येणे म्हणजे निराशावाद राहणे वगैरे.

नाट्यदृष्ट्या भुतांचे संवाद हे रटाळ आहेत. रंगभूमीचा वापर हा प्रामुख्याने चर्चेसाठी होतो. घराचे मूल्य ढासळत आहे असे अरुंधती उघडपणे सांगते. रंगमंचावर पहिल्या अंकात काही विशेष घडते असे नाही. सुजाताचे आगमन हे पात्रपरिचयासारखे वाटते. शेखरबाबत अरुंधती व सुजाताच्या प्रतिक्रिया या विरोधी असल्याने अरुंधतीच्या दुःखाची धार अभावितपणे कमी होते. शेखर पूर्वी चांगला होता. आता तो दारू पितो, भांडतो, पैशाच्या मागे धावतो. पण सुजाता आल्यावर पुन्हा संवेदनशील बनून कवितेकडे वळतो. हे सर्वच इतक्या झटपट निवेदनातून येते आणि जे येते ते इतके मनोव्यापाराचे एक सुमार अंग म्हणून येते की पहिला अंक सुरुवातीपासूनच नाट्यगुण गमावताना दिसतो. पहिल्या अंकाचा शेवट हा मध्य मानला तर नाटकाला काही दृश्य परिणाम नसल्याने उरलेल्या भागाबद्दल सर्वसामान्य प्रेक्षक हा फारसा उत्कंठित, उत्साही राहील की नाही याची शंका वाटते. कादंबरीतून जे निवेदनातून कळते तेच निवेदन नाटकात फक्त संवादातून होते इतकेच.

नमुन्यासाठी दुसऱ्या सीनमधला एक भाग घेऊ:

१. अरुंधती - मला भीती वाटायला लागलीय!

२. शेखर - भीती? कशाची?

३. अरुंधती - तुम्ही असे नव्हतात! प्रत्येक जण घरातला काहीतरी नव्याच पद्धतीने वागतोय!

४. शेखर - (उपहासाने) मी कसा वागतोय?

५. अरुंधती - तुमच्या मनात एक दुष्टावा निर्माण होतोय! त्याची भीती वाटतेय! शेखर

६. शेखर - काहीतरीच! तसं काही नाहीये!

७. अरुंधती - आहे! निश्चित आहे आणि मला ते जाणवतंय! त्याची भीती वाटायला लागली मला! जाणवतोय तो दुष्टावा! खुजेपणा!

८. शेखर - खुजेपणा! विचारांचा खुजेपणा! मला गंमत वाटते अरू हे ऐकून! काय कल्पना आहे! विचारांचा खुजेपणा!
(बुट्टंभूत दचकतो. चर्चिल हसून बोट दाखवतो. बुट्टंभूत रूसून

जाऊन बसतो.)

९. अरूंधती - मुलीचं लग्न मोडणं म्हणजे काय याची तुम्हाला कल्पना आहे का शेखर? त्यांनी... त्या दुष्टांनी जाहीरच करून टाकलं कारण वेळेवर पैसे पोहोचले नाहीत! बहिणीला... माझ्या बहिणीला काय वाटलं असेल, कल्पना करू शकाल? तिला मरणप्राय दु:ख झालं असणार! अपमान आणि नाचक्की आणि समाजातला सगळा उपहास वेगळाच! हे माझ्यामुळे आणि तुमच्यामुळे झाले आहे शेखर!

१०. शेखर - रक्कम कबूलच करायची नाही ना आधीच!

११. अरुंधती - (धक्का बसून) असं खरंच वाटतं, तुम्हाला! (गहिवरते) कबूल केली तुमच्या भरवशावर! स्थळ चांगलं वाटलं म्हणून! पण तुम्ही काहीच केलं नाहीत! विचारच केला नाहीत! माझ्या शब्दासाठी काहीच केलं नाहीत! यामागे बेफिकिरी नाही नुसती! दुष्टावा आहे. खरं सांगू, आपल्या सगळ्यामधूनच चांगुलपणा दूर चाललाय! चांगुलपणा जो आपल्याला माणूस बनवत होता! शेखर, मला वाटतं हे काहीतरी पतन आहे!

१२. शेखर - (चिडून) झालं तुझं? झालं? एकामागोमाग एक करतेस! ऐक आता. मुलीचं लग्न मोडलं याबद्दल मी आधीच दु:ख व्यक्त केलंय! दुसरं, पैसे पोहोचले नाहीत, कारण मला कारखान्यात भागीदारीचे प्रॉब्लेम्स होते! यू नो दॅट! तिसरं, मी दुष्ट वगैरे नाही! चांगुलपणा निघून चाललाय, मी असा पूर्वी नव्हतो! त्याबद्दल असं म्हणायचं की चांगुलपणा माणसाला यशस्वी करत नाही! दु:खी करतो! माणसानं रुथलेस व्हावं! कठोर व्हावं! प्रॅक्टिकल व्हावं! त्याने संधीला असं घट्ट धरून ठेवलं पाहिजे! भावनावश होऊ नये! चांगुलपणा माय फुट! भिकारड्या मार्गाने पैसे खर्च करू नयेत! पैसा तिथेच गुंतवावा, जिथून तो परत येणार असतो!

१३. अरुंधती - काय? म्हणजे?

१४. शेखर - म्हणजे काही नाही! (जातो. अंधार)

या संवादाचा शेवट परिणामकारक आहे; तुकडा पाडणारा आहे. बहिणीला

पैसे दिलेले परत येणार नाहीत म्हणून ते दिले नाहीत असे शेखर सुचवतो. त्याचा हा हिशोबीपणा पाहून अरुंधती अवाक् होते व सीन संपतो. म्हणजे शेखरच्या स्वभावाचा एक वाईट पैलू अचानकपणे उघड होतो हा धक्का. पण यातून त्याने अरुंधतीला आधी सांगितलेली तीन कारणे खोटी ठरतात. मात्र हा बदल पुढे पेलवत नाही. सहाव्या सीनमध्ये सुजाताच्या कवितांवर खुश असलेला, काव्यात रमणारा शेखर हा मूळचा आहे तसाच आहे. दुसऱ्या सीनचा शेवट हा पुढे वायाच घालविला आहे असे दिसते.

वास्तवातले संभाषण व नाटकातले संवाद समान नसतात; असण्याचे कारणही नाही. पण संवादाला वास्तवातील संभाषणाचा ढंग देणे अनेक नाटककारांना आवश्यक वाटते. मराठी नाट्यपरंपरा काय दाखवते? शेक्सपिअरच्या नायकांचा परिणाम असणाऱ्या गडकऱ्यांनी अलंकारिक संवाद लिहिण्याची रीती आणली. देवलांनी 'शारदा' व 'संशयकल्लोळ' मध्ये संभाषणसदृश संवाद आणण्याचा चांगला प्रघात आणला होता. किर्लोस्कर, खाडिलकर यांनी नाटकात पद्यरचना घालून अवास्तव संस्कृतप्रचुर दुर्बोध मराठी नाटकात आणले. 'नच सुंदरी करू कोपा मजवरी धरी अनुकंपा' किंवा 'खरा तो प्रेमा ना धरी लोभ मनी' या रचना बोली मराठीपासून कोसभर दूरच होत्या. रांगणेकर, अत्र्यांनी साधे मराठी वापरायचा प्रयत्न केला पण त्यांचेही संवाद वास्तव संभाषणापासून दूरच राहिले. कानेटकरांनी अलंकारिक भाषितांना पुन्हा प्रतिष्ठित केले. वास्तव संभाषणाचा ढंग खऱ्या अर्थाने व परिणामकारकतेने आणला तो तेंडुलकरांनी. तेंडुलकरांनी मराठी नाटकांची भाषा यशस्वीपणे बोलीभाषेकडे वळवली. 'शांतता कोर्ट चालू आहे', 'अशी पाखरे येती' यातील संवादरचना पाहण्यासारखी आहे. तेंडुलकरांचा ठसा आजही टिकून आहे. 'काटकोन त्रिकोण', 'कथा' या अगदी अलीकडच्या नाटकांच्या तरुण लेखकांचा विचार केला तर तेंडुलकर संवादाची परंपरा जोमाने चालू ठेवण्यात आधुनिक मराठी नाटककार यशस्वी झाले आहेत. मात्र क्षितिज पटवर्धनांचे 'नवा गडी नवे राज्य' पाहिले तर नाटक म्हणजे केवळ चटपटीत, सहज संवाद असा समज तेंडुलकरांमुळे झाला की काय अशी भीतीही वाटते. २००२ मध्ये सासणे जेव्हा नाट्यलेखन करतात तेव्हा काय दिसते? संभाषण-विश्लेषणाचे कोणते पदर त्यांच्या नाट्यसंवादात दिसतात?

अरुंधती-शेखर यांच्यातील संवादाचे सात टप्पे वरील उदाहरणात आहेत. त्याआधीच्या भागात शेखर-अरुंधती असे क्रिया-प्रतिक्रिया स्वरूपाचे संवाद आहेत. एक ते चौदा मध्ये संवादाचे सूत्र अरुंधती घेते खरी पण याआधीच्या

भागातील शेखर-अरुंधती ही संवाद-रचना बदलत नाही. फक्त सूत्रधारित्व बदलते. माणसांच्या संभाषणात असे जोडीचे सातत्य टिकत नाही. संभाषणात अनेक विश्राम-स्थाने येतात. नवा मुद्दा मांडणारी व्यक्ती बदलते, मागे सोडून दिलेला धागा वेळ पाहून पुन्हा पकडला जातो; वरवर अनावश्यक वाटणारे पण बोलणाऱ्याच्या मनाचे खरे दर्शन घडवणारे शब्दबंध मधेमधे येतात; संभाषणाचे सूत्र आपल्याकडे घेण्याची धडपड दिसते; त्यातील यशापयशाने बोलणाऱ्यांचे स्वभाव समजतात. गप्प राहाणे ही सुद्धा संभाषणातील एक परिणामकारक खेळी असते; मुद्याला पुरक बोलणे, त्याला विरोध करणे, तो खोडून काढणे किंवा त्याला बगल देणे, त्याचा आधार घेऊन बोलणाऱ्याशी सौहार्द साधणे अशा अनेक बाबीतून बोलणाऱ्यांच्या परस्पर संबंधातील गहिरेपणा सूचित होतो. वर दिलेल्या नमुन्यात यातल्या कोणत्या गोष्टी दिसतात? पत्नीचा आरोप व पतीची कैफियत किंवा त्याचे समर्थन असे साधे स्वरूपच वरच्या नमुन्यात आहे. ते इतके सरळसोट आहे की हा संवाद भाऊ-बहीण, मुलगा-आई, मित्र-मैत्रीण किंबहुना दोन समवयस्क व्यक्ती यातही आरामात संभवतो. पती-पत्नीमधील खास असे संबंध यात दिसत नाहीत. अवघ्या सात टप्प्यात अरुंधतीने समोरच्याला 'शेखर' असे चार वेळा संबोधित करण्यात संभाषणातील अकृत्रिमता लोप पावते. 'दुष्टावा निर्माण होणे'(५), 'पतन असणे' (११), 'चांगुलपणा जो आपल्याला माणूस बनवत होता' (११), 'दुःख व्यक्त करणे' (१२) 'त्याबद्दल असं म्हणायचं की' (१२), यासारखे प्रयोग हे औपचारिक शैलीत शोभणारे आहेत, पति-पत्नीच्या खाजगी वादावादीतील नाहीत. उलट 'एकामागोमाग एक करतेस' (१२) सारख्या रचना ना औपचारिक ना अनौपचारिक. गंमत अशी की शेखरचा 'संधी घट्ट पकडण्याचा' (१२) मुद्दा हा बहिणीला मदत करण्याशी संबंद्धच नाही. बहिणीच्या मुलींचं लग्न शेखरने पैसे न दिल्याने मोडले याबाबतची अरुंधतीची प्रतिक्रियाही थोडी आततायीपणाची आहे. यातील 'अपमान, नाचक्की व समाजाचा उपहास' हे संदर्भ भडकपणाचे आहेत. 'बहिणीला... माझ्या बहिणीला काय वाटलं असेल' (९) हे भाकित तर अगम्य आहे. 'काय वाटलं असेल माझ्या बहिणीला?' इथवर पुरले असते.

नाट्यसंवाद लेखनातील या बारीकसारीक उणिवा अंतिम परिणामाची धार, त्याचा ठसठशीतपणा कमी करतात.

मात्र कादंबरीत जाणवणाऱ्या उणिवा नाट्याच्या दृश्य अंगामुळे आणि दोन घटनांमधला काळ सहजपणे ओलांडता येण्याच्या शक्यतेमुळे नाटकात

जाणवत नाहीत. कादंबरीमधल्या निवेदनाच्या गरजेमुळे गोष्टी जशा विकसित करण्याचा फायदा असतो, तसा काळाचे अंतर पात्रांच्या स्वभावनिरपेक्ष असे न करता येण्याचा तोटाही असतो. नाटकात निवेदन फक्त परिस्थिती किंवा प्रश्न-मांडणीपुरते असते. 'गेल्या दहा वर्षांत या माणसाने आपल्याला कविता आवडते असं कधी म्हटलेलं नाही' ही अरुंधतीने रागाने केलेली निवेदन रूपातील प्रतिक्रिया नाटकात सहजपणे स्वीकारली जाते. कारण बोलणारी व्यक्ती दृश्य स्वरूपात समोर असते. कादंबरीत मात्र शेखरने आपल्याला कविता आवडते असे म्हटल्यावर कथेसारखे 'असं त्याने आपल्याला कधीच सांगितलं नाही हे तिला जाणवलं' असं झटपट निवेदन येते. शेखरमध्ये घडलेला हा बदल कादंबरीत हळूहळू विकसित होताना दिसायला हवा होता म्हणजे नाटकातले कालसापेक्ष विकासाचे टप्पे दृश्य माध्यमामुळे पटापट ओलांडता येतात; कथेमध्ये हे टप्पे मूळ विषयाला पूरक किंवा अवांतर म्हणून भराभर देता येतात; कादंबरीच्या आकृतिबंधात ही घाई, या उड्या दोषास्पद वाटतात.

आठव्या सीनमधले शेखरचे दारू पिणे, अरुंधती म्हणते त्याप्रमाणे त्याने मनाने कोते होणे, दुसऱ्या अंकातील पहिल्या सीनमध्ये विश्वजितने त्याला आजारपण म्हणणे, किरणमयीने सुरू केलेले जादुई बदल हे टप्पे कालदृष्ट्या दीर्घ पल्ल्याचे; कादंबरीत या दीर्घ पल्ल्याचा हिशोब सादर करावाच लागतो. तो न झाल्याने कादंबरी या आकृतिबंधाची तोडफोड होते. पण नाटकात काळाच्या विस्तीर्ण पटलावरचे काही क्षण दृश्य स्वरूपात येत असल्याने ते विश्वासार्ह वाटू शकतात; मधल्या काळाचा हिशोब नेहमीच द्यावा लागतो असे नाही. कथेमधेही काळाचे टप्पे गाळता येतात कारण विशिष्ट घटना, विशिष्ट भावस्थिती, विशिष्ट दृष्टिकोन यावरच कथा केंद्रित असल्याने मधल्या कालाचा हिशोब आवश्यक नसतो. या दृष्टीने कथेचे नाटक करणे सोपे असते पण कादंबरीचे नाटक करणे—विशेषत: कादंबरीतील स्वभावचित्रणासाठी विस्तीर्ण कालपटल असल्यास—अवघड, कधी अशक्य असते. चांगल्या कादंबरीचे नाट्यरूपांतर सहसा समान प्रतीचे होत नाही. सासण्यांच्या कादंबरीतील भुते निवेदनाचा प्रवाह खंडीत करीत असल्याने अनेकदा उत्कंठामारक होतात; नाट्यरूपात ती एवढी खटकत नाहीत.

शाब्दमाध्यम हे एकमेव माध्यम कादंबरीत, कथेत, कवितेत असते. शाब्दमाध्यमाला निखालसपणे प्राधान्य दिल्यामुळे शाब्दमाध्यमाची मनश्चक्षुपुढे दृश्य निर्माण करण्याची, कालपटलावर उलट-सुलट विहार करण्याची, भावस्थिती अचूकपणे टिपण्याची ताकद ही अतुलनीय असते. नाटकात दृश्यमाध्यम हे

बरोबरीने येऊ शकते—यायला हवे. ते तसे न आल्यास नाटक शब्दबंबाळ होते. नाटकाला 'प्रेक्षक' येतो, 'वाचक' किंवा 'श्रोता' नव्हे. आकाशवाणीवरील सादरीकरणापेक्षा दूरदर्शनवरचे सादरीकरण लोकांना आकृष्ट करते ते त्यातील दृश्यमाध्यमाच्या वापरामुळे. नाटक हे रंगमंचबद्ध असते. रंगमंचावरचे स्थलबदल नेपथ्याने दाखवावे लागतात; प्रेक्षकांना सदासर्वदा स्थलाची कल्पना करण्याचा आग्रह धरल्यास नाटकाची दृश्य रूपातील शक्ती क्षीण होते; नाटक कंटाळवाणे, निर्हेतुक वाटू शकते. चांगला नाटककार नाटकाच्या रंगमंच-बद्धतेचे व्यवस्थित भान ठेवतो. कादंबरीतील अनेक प्रसंग नाटकात निवेदन रूपात यामुळेच घालावे लागतात. उदाहरणार्थ 'दुश्चिन्ह व चाफ्याचे फूल' या कादंबरीत दुसऱ्या प्रसंगात किरणमयी विश्वजित व अनुयाला घेऊन टेकडीवर मेंढीचा फोटो काढायला जाते असे सूचन आहे. अकराव्या प्रसंगात ते पुन्हा त्या टेकडीवर जातात. टेकडी व मेंढी हे दृश्य मनश्चक्षुंपुढे तीनवेळा विविध मार्गांनी उभे केले जाते. नाटकात मात्र दुसऱ्या अंकात दुसऱ्या सीनमध्ये भुतांकडून त्याचे वृत्तकथन होते. सासण्यांना कादंबरीत विश्वजितने टेकडीवरचा फोटो काढण्याचा, त्याच्या फुलणाऱ्या मनाच्या स्पंदनांचा वेध घेता आला असता. कादंबरीकार म्हणून ही संधी ते गमावतात व कादंबरीचा अवकाश संकुचित होतो.

नाटकात स्थलबद्धतेमुळे हा अवकाश संकुचित होतो. उदाहरणार्थ, अरुंधतीने फॅक्टरीत जाणे, शेखरने फॅक्टरीत जाऊन भागीदाराशी प्रेमाने बोलणे, त्याचा वाढदिवस साजरा होणे याचे वर्णन कादंबरीत आहे—अर्थात त्यातही विस्ताराचा, पार्श्वभूमी तयार करण्याचा अभाव आहे; पण ती निवेदश शैलीची मर्यादा. नाटकात दृश्य स्वरूपात ते आणणेही शक्य नव्हते. सरकता रंगमंच घेता आला असता पण ती तंत्रज्ञानाची देणगी म्हणून. अंक २, सीन दोन मध्ये शेखरचा वाढदिवस कारखान्यात साजरा झाल्याचा वृत्तान्त चर्चिल देतो. सीन तीन मध्ये किरणमयीच्या जोक्स सांगण्याने शेखर हसला असे निवेदन येते. उलट सीन पाच मध्ये शेखर अद्यापही दारूच्या आहारी गेला आहे व किरणमयी त्याला कारखान्यात नेण्याचा घाट घालतेय अशी भुतांकडून वार्ता येते. त्याच सीनमध्ये शेखर आपल्यातलं सत्त्व हरवत चालल्याचं विश्वजितपुढे कबूल करतो. उलट सीनच्या शेवटी नाडकर्णीबाबतचा त्याचा द्वेष उफाळून येतो. सीन सात मध्ये पुन्हा शेखरचा वाढदिवस कारखान्यात साजरा झाल्याचे, अरुंधती, विश्वजित कारखान्यात आनंदाने काम करायला लागल्याचे निवेदन अरुंधती करते. शेखरची दोलायमान मानसिकता, बऱ्या-वाईट मार्गांकडे हिंदकळत असण्याची त्याची

अवस्था एकवेळ स्वीकारता येईल. पण एकाच गोष्टीचे निवेदन—शेखरचा वाढदिवस—दोन विभिन्न ठिकाणी येण्यात एकाच घटनेला दोन कालक्रम अभावितपणे मिळतात. नाटकाच्या कालानुक्रमी सरणीमुळे कदाचित सामान्य प्रेक्षकाच्या नजरेतून हे सुटेलही पण त्यामुळे रचनेचा ढिसाळपणा लपत नाही.

दुसऱ्या अंकात एकूण सतरा सीन्स आहेत. पैकी नऊ सीन्समध्ये पात्रे व भुते एकाचवेळी हजर असतात. चार सीन्स केवळ भुतांचे तर चार केवळ पात्रांचे. नकारात्मक, उदासी, द्वेषमूलक अशी प्रवृत्ती भुतांच्या माध्यमातून पुन्हापुन्हा मांडली जाते. पण शेवटी सकारात्मक प्रवृत्तीचा विजय होतो. माणसाच्या चांगुलपणावरचा विश्वास वाढवा असा संदेश दिला जातो. कादंबरीत उघडपणे विश्वजितसाठी किरणमयी अनुरूप असल्याचे शेखर-अरुंधती ठरवतात; नाटकात हा भाग गाळला आहे. हे एकंदर नाटकच माणसातील सुष्ट व दुष्ट प्रवृत्तींचा संघर्ष दाखवणारे व सुष्ट प्रवृत्तीला उत्तेजन देण्याचा संदेश देणारे आहे. त्यामुळे घटनांपेक्षा वैचारिक मांडणी ही नाट्यरचनेचा मुख्य फोकस बनते. अशा स्वरूपाच्या नाटकाचे प्रयोग होणे व त्यांना प्रेक्षकवर्ग मिळणे कठीणच असते. यात प्रेक्षकांच्या अभिरुचीच्या स्तराचा जसा प्रश्न येईल तसाच नाटक या दृकश्राव्य कलेच्या स्वरूपाचा आणि प्रयोजनाचाही प्रश्न येईलच.

इंग्रजी साहित्यात बर्नाड शॉ यांची नाटके रंगभूमीवर फारशी तग धरू शकली नाहीत. अनेक समीक्षक त्यांना 'वाचायची नाटके' (म्हणजे प्रयोग न करण्याची नाटके) असेच म्हणतात. पण शॉची नाटके ही बौद्धिक खाद्य पुरवणारी असल्याने किमान वाचनीय तरी आहेत हे खरेच. 'पिगमॅलियन' सारख्या नाटकाची भक्कम बाजू म्हणजे उच्च मध्यमवर्गावरील कष्टकरी वर्गाची कडू पण सत्य टीका. पिगमॅलियनचा शेवटही विचार करायला लावणारा. हे नाटक रंगभूमीवर टिकणे कठीणच होते. मात्र त्यावर आधारित 'माय फेअर लेडी' चित्रपट खूप गाजला. मराठी प्रेक्षकांनाही 'माय फेअर लेडी' आवडतो, तो माहीत आहे. पण 'पिगमॅलिअन' ची बौद्धिक चमक चित्रपटात नाही हेही खरेच. दृश्य स्वरूपाला अनुकूल असे नाटकाचे भाग दिग्दर्शकाने अचूकपणे टिपले आहेत पण शाब्द-माध्यमातील त्याची बौद्धिक उंची ही खच्ची करण्यात आली आहे.

अर्थदृष्ट्या विभिन्न अर्थान्तरणे करण्याची शक्ती 'पिगमॅलिअन' मध्ये नाही. त्यामुळे चित्रपटातील त्याचे दृश्य स्वरूप हे मूळ नाटकाशी प्रामाणिक आहे. पण नाटकातील बौद्धिक चर्चा या चित्रपट माध्यमाला पेलवण्याची शक्यता नसावी असे दिग्दर्शकाच्या लक्षात आले असावे. सासण्यांच्या 'दुश्चिन्ह आणि

चाफ्याचे फूल' या कादंबरी व नाटकांत दृश्य माध्यमाच्या अंगाने 'माणसाच्या चांगुलपणावरचा विश्वास' या मूळ वैचारिक उद्दिष्टात काहीही बदल होत नाही. मुळातल्या कादंबरीचीच वैचारिक बैठक ही फार तकलादू असल्याने नाट्यरूपांतर तसेच होणार असे कोणी म्हणेल; ते कदाचित बरोबरही असेल. पण कादंबरीशी नाटकाची तुलना क्षणभर बाजूला ठेवली तरी नाटक म्हणून ही वैचारिक बैठक, हे उद्बोधनपर कथन फारसे परिणामकारक होत नाही हेही स्वीकारावे लागेल. नायकाच्या दृश्य अंगाचा नाटककाराने प्रभावी वापर केला आहे असे कुठे जाणवत नाही. किरणमयीला 'गिरक्या घेत', 'उत्साहाने व तारुण्याने उसळत', 'नृत्यमय हालचाली करत', रंगमंचावर आणून तिचे व्यक्तिमत्त्व तरल, संवेदनशील व नितळ करण्याचा दृश्य प्रयत्न नाटककार करतो. पण ते तेवढेच. किरणमयीचे दृश्य स्वरूप व चर्चिल, बुट्टंभूत यांचे दृश्य स्वरूप यांच्यातला विरोध, यातला संघर्ष नाटकात दाखवला जात नाही.

बुट्टंभूत व चर्चिल या दोघांचे रंगमंचावरील वावरणे व बोलणे नाटकाचा मुख्य विषय ठासून सांगण्यासाठी कदाचित उपयुक्त असेल. पात्रांचा पूर्वीचा चांगुलपणा, उमदेपणा—आत्ताची निराशा व द्वेषबुद्धी—किरणमयी आल्यानंतर प्रत्येक पात्रात उत्पन्न होणारा आत्मविश्वास, सकारात्मक विचार व चांगुलपणा अशा या मानसिक बदलाचे स्वरूप ही दोन भुते त्यांच्या विरोधी भावनातून स्पष्ट करतात. प्रश्न असा पडतो की ही भुते, घुबड, चाफा यासारख्या गूढगम्य वस्तूंचा व प्रतिकांचा 'वापर' हा आवश्यक होता का? कादंबरीचेच नाट्यरूपांतर करायचे असल्याने कादंबरीतली भुते नाटकात आणणे आवश्यकच आहे असा एक युक्तिवाद करता येईल. नाट्यावतारात भुतांना पात्रांच्या मनातले बोलण्याचे किंवा रंगभूमीवरील सामान हलविण्याचे वगैरे जादा काम देऊन त्याचे समर्थनही करता येईल. पण भुतांची आवश्यकताच काय हा कादंबरी या आकृतिबंधाला विचारता येणारा प्रश्न नाटक या आकृतिबंधालाही विचारता येईल. नाटकाचा स्वतंत्रपणे विचार केला तर केवळ मानवी पात्रांद्वारे जे साध्य होणार नाही ते या गूढगम्य गोष्टींमुळे साध्य होते असे म्हणता येणार नाही. शेखरच्या मनाची अवनत अवस्था आवडणारी ही भुते. ती अवस्था पुन्हा उन्नत होते यात ती काहीही करू शकत नाहीत. ती केवळ प्रेक्षकांना समजणाऱ्या गोष्टीच पुन्हा उजळणी करून पक्क्या करतात. चि. त्र्यं. खानोलकरांच्या 'अवध्य' मध्ये एकाच पात्राच्या मनाच्या अशाच बऱ्या-वाईट, सत्-असत् बाजू मांडल्या जातात. त्यात दृश्य असे काही नाही. फक्त मनातले भाव आवाजरूपाने, स्वगतातून (खरे

म्हणजे पार्श्वस्वगतातून) मांडले जातात. पण खानोलकरांच्या या स्वगतांमध्ये काव्यत्व आहे; शब्द-माध्यमातून खानोलकर, माणसाच्या मनाचे चक्रावून टाकणारे दर्शन घडवतात. प्रायोगिकदृष्ट्या ते गरजेचे होते का असा प्रश्न तेथेही विचारता येईल. पण आहे त्या स्वरूपातली पार्श्वस्वगते ही अनावश्यक नाहीत; कारण त्यांच्याविना पात्रांची उलघाल स्पष्ट होत नाही. आधीच सांगितलेली गोष्ट गिरविण्याचे काम त्यात होत नाही. 'दुश्चिन्ह आणि चाफ्याचे फूल' मधील भुतांचे अस्तित्व या अर्थाने आवश्यक नाही.

पहिल्या अंकाच्या शेवटी म्हणजे नवव्या सीनमध्ये आपली सरशी झाली (येणाऱ्या निनावी फोनचा ठपका अनुयावरच तिचा भाऊ व बाप ठेवतो आणि नाडकर्णीला आयुष्यातून उठविण्याचा शेखर निश्चय करतो या दोन गोष्टींमुळे) अशा विचाराने आनंदित होऊन चर्चिल व बुटुंभूत नाचतात. कुठल्या गाण्यावर? तर प्रभातच्या चित्रपटातील जुन्या पण दूरदर्शन या माध्यमाने सध्या पुनरुज्जीवित केलेल्या 'लखलख चंदेरी तेजाची न्यारी दुनिया, झळाळती कोटी ज्योती हा हा हा' या गाण्यावर. दुसऱ्या अंकाच्या शेवटी सुष्ट शक्तीचा विजय झाल्यावर ही भुते विडंबन करीत, भयभीत अवस्थेत पुन्हा नाचतात, ते याच गाण्यावर. एकाच गाण्याचा दोन भिन्न परिस्थितीमध्ये वापर करण्याचा प्रकार तंत्रदृष्ट्या चांगला आहे. अर्थात हे तंत्र जुने आहे. तेंडुलकरांच्या 'शांतता कोर्ट चालू आहे' चा शेवट होताना एक बालकविता ऐकवली जाते; पण तिचा अर्थ नाटकाच्या संदर्भात एकदम बदललेला अशा स्वरूपात. अनेकदा संगीत-रचनांचा वापर निर्हेतुकपणे केवळ तंत्र-रीतीमुळे होतो. आत्ताच्या तथाकथित कलात्मक मराठी चित्रपटात व दूरदर्शन मालिकात संवाद चालू असतानाच पाठीमागून जोरदारपणे शास्त्रीय संगीताचाही वापर करण्याची कानांना त्रस्त करणारी पद्धत या तंत्रशरणतेचाच परिणाम असते. सासणे दुसऱ्या अंकाच्या शेवटी हेच गाणे पुन्हा ऐकवतात. भुतांचा पराभव झाला तरी. किंबहुना पराभव झाला म्हणून त्यांना 'विडंबन करीत' नाचवतात. पण त्यात विडंबन कशाचे? गाण्यातल्या अर्थाचे तर खासच नव्हे. आणि त्याचा परिणाम? तो अंतिम अपेक्षित 'संदेशा'ला पूरक आहे असे कसे म्हणायचे?

कादंबरीच्या शेवटी शेखर-अरुंधतीला आपले घर चांदण्यात न्हाऊन निघत असल्याचे दृश्य दिसते. चांदण्यात न्हाणे व आनंद हे साहचर्य जुने, अति-परिचयाचे. या चांदण्यावरून तर 'लखलख चंदेरी' या गाण्याचा वापर करण्याची कल्पना स्फुरली नसेल? कादंबरीत पहिल्या भागाच्या शेवटी—जिथे

दुष्ट प्रवृत्ती सबळ होताना दिसतात तिथे—याच गाण्यावर भुते विडंबन नृत्य करतात. मूळ गाण्याचा अर्थ परिस्थितीच्या संदर्भात तिथे बदलतो. पण कादंबरीच्या शेवटी ते गाणे येत नाही. नाटकात मात्र भुतांच्या आनंदाला साजेसेच असे हे गाणे पहिल्या अंकाच्या शेवटी येते. पण दुसऱ्या अंकाच्या शेवटी जर त्याचे विडंबन अपेक्षित असेल (आणि ते आहेही) तर नाटकाच्या उद्देशित परिणामाला अर्थदृष्ट्या ते बाधा आणणारे आहे.

- ० - ० - ० -

. ७ .

आकृतिबंध : कादंबरी व कथा

नाटक व कादंबरी या दोन आकृतिबंधांची तुलना केल्यावर जशी सासण्यांच्या कादंबरी लेखनाची संरचना, त्या संरचनेचे स्वरूप यांची जास्त चांगली कल्पना येते, त्याप्रमाणे त्यांच्या कथा व कादंबरी या आकृतिबंधांची तुलना फायदेशीर ठरण्याची शक्यता आहे.

'लाल फुलांचं झाड' हा सासण्यांचा कथासंग्रह प्रथम १९८४ सालचा—तिसरी आवृत्ती २०१० ची. या कथा १९८० ते १९८३ या चार वर्षांच्या काळात, बहुतेक दिवाळी अंकात प्रसिद्ध झालेल्या.

सासण्यांच्या कादंबऱ्या पुस्तक रूपात प्रकाशित होण्याचा कालखंड असा: 'दूर तेथे दूर तेंव्हा' आणि 'सर्प' (२०००), (पूर्वप्रकाशन 'दीपावली' व 'साधना'), 'राहीच्या स्वप्नांचा उलगडा' (२००२), 'दोन मित्र' (२००४), 'दुश्चिन्ह आणि चाफ्याचे फूल' (२००९), (पूर्वप्रकाशन : कादंबरी 'साधना' (१९९६), नाट्यप्रयोग (२०००), म्हणजे उपलब्ध पुराव्यांवरून १९९६ ते २००९ हा चौदा वर्षांचा काळ कादंबरी-लेखनाचा दिसतो. सासण्यांच्या कथा व दीर्घकथा १९८० ते २००४ या चोवीस वर्षांच्या कालखंडात प्रसिद्ध झाल्या. सासण्यांचे नाट्यलेखन हे १९९९ ते २००० अशा अलीकडील काळातले. म्हणजे कथा - कादंबरी - नाटक असा हा कालानुक्रमी प्रवास. यातील कथा-लेखनाचा काल मोठा. यातही मग कथा - दीर्घकथा - लघुकादंबरी - किंवा कादंबरिका किंवा कादंबरी असा क्रम दिसतो. सासण्यांच्या कादंबऱ्यांना कादंबरी म्हणायचे की दीर्घकथा असा वाद घातला जातो. मागे म्हटल्याप्रमाणे हे लेबलिंग केवळ पृष्ठसंख्येवर अवलंबून आहेसे वाटते. ते तसे नसावे. (किमान आपण लक्षात घेतलेल्या पाच कृती या कादंबरी म्हणून प्रकाशित झाल्या आहेत. म्हणून त्यांचा विचार कादंबरी या आकृतिबंधासाठी केला आहे. आत्तापर्यंतच्या विवेचनावरून कादंबरी या आकृतिबंधाचे अनेक विशेष हे या पाच कादंबऱ्यांत आढळत नाहीत हे स्पष्ट व्हावे.) सासण्यांच्या

कथांची रचना तपासली तर, त्यांच्या कादंबरी लेखनाचे, विशेषत: कादंबरीच्या संरचनेचे स्वरूप कळण्यास मदत होईल.

तुलनेसाठी 'लाल फुलांचं झाड' या १९८४, १९९९ व २०१० अशा तीन आवृत्त्यात प्रकाशित झालेल्या कथासंग्रहातील पाच कथा घेऊ.

'लाल फुलांचं जाड' या नावाचीच एक कथा या संग्रहात आहे. एका मुलाच्या दृष्टिकोनातून शेजारच्या निष्पाप स्त्रीवर ती वांझ असल्यामुळे घरातून होणाऱ्या अन्यायाची. यात तो मुलगा, त्याचे कणखर बाबा, समजूतदार व प्रेमळ आई, शेजारच्या मामी, मूल होण्यासाठी त्या सेवा करीत असलेले झाड, त्यांचा नवरा व दुष्ट सासू एवढी पात्रे आहेत. निवेदक मुलगा हा गावापासून दूर शाळेसाठी होस्टेलमध्ये राहणारा, सुट्टीत घरी येणारा. अशाच एका सुट्टीत घरी आल्यावर शेजारच्या घरात नव्याने आलेल्या मामी त्याला दिसतात. त्या सोज्ज्वळ व शांत. कथेत दुसरे लग्न करण्यासाठी सासू माणसे बोलावते. या मुलाचे व मामींचे भावबंध जुळतात. सुट्टी संपल्यावर नाईलाजाने तो शाळेत जातो. काही दिवसांनी परत येतो तेव्हा मामी ज्या झाडाला जीव लावत होत्या, ज्याच्या फुलण्यात आपली कूस उगवण्याची इच्छा धरत होत्या, ते झाड लालभडक फुलांनी फुललेले त्याला दिसते. मामी मात्र गेलेल्या असतात. झाडाचे जगणे व मामीचे मरणे याचा एक गूढ संबंध लेखक कथेच्या शेवटी स्पष्ट करतो. असे अतर्क्य, गूढ संबंध स्पष्ट करून निवेदन करण्याची कथेतील ही पद्धत 'दूर तेथे दूर तेव्हा', 'राहीच्या स्वप्नांचा उलगडा', 'दुश्चिन्ह आणि चाफ्याचे फूल' या कादंबऱ्यातही दिसते. निवेदक मुलाचे वय विसरून लेखक-निवेदकच हे भाष्य करतो असे दिसते. प्रकाशाच्या विविध रंगांचा खेळ सांगण्याची ओढ या कथेतही दिसते. छोटी छोटी वाक्ये, क्रियापदाविना वाक्यरचना, हे विशेषही या कथेत दिसतात. त्यामानाने पदबंधाचे अंतिम स्थानी स्थानान्तरण करण्याचे उदाहरण एखाद दुसरेच आढळते. कथेमध्ये मुलाची आई व कणखर वडील यांचे चित्रण आहे. पण मामींचे चित्रण केवळ अन्यायग्रस्त स्त्री एवढेच येते. कथेत हे चालते पण याच मार्गाने कादंबरी लिहिली तर ती कादंबरी न राहता, दीर्घकथा होते. क्षणिक भाव अचूकपणे टिपणारी क्षणचित्रे सासणे सफाईदारपणे रेखाटतात. दोरीवर धुणे वाळत घालणारी मामी, शेजाऱ्यांशी ठामपणे मुलाच्या बाजूने भांडणारे बाबा, सुनेचा राग करणारी म्हातारी सासू ही चित्रे मनात ठसतात. घर, शेजारचे घर, कवठाच्या झाडावरून दिसणारी घरे, फाट्यापासूनचा घरचा रस्ता ही स्थळचित्रेही कथेपुरती रेखीवपणे मांडली जातात. हे सर्व अल्पशब्दांत झाल्याने

ही चित्रे विस्तृतपणाने, टप्प्याटप्प्याने, निर्माण केलेली नसली तरी कथेला पूरक होतात. कथेच्या अल्प अवकाशात हे योग्य दिसते. कादंबरी लिहिताना मात्र याच रीतीने लेखन केले तर नडते. सासण्यांच्या विस्तार-अभावाची, पात्रांच्या संथ गतीने होणाऱ्या वाढीच्या उणिवांची कारणे; कथा लेखनाचे तंत्रच कादंबरी लेखनात वापरण्यात आहेत.

'मनात रुजलेलं घर' ही कथा रेखाटन या स्वरूपाची. बापूसाहेब हे प्रसिद्ध वकील. विद्यार्थीदशेत इतर सर्व इच्छा मारून विद्या व त्यानंतर धन संपादन केलेले. पासष्टाव्या वर्षी पेशातून निवृत्त होऊन आपल्या गावी राहते घर विकत घेऊन मुलाकडे स्थिरावलेले. कुमारवयात समोरचा सुंदर बंगला, त्यात राहणारे ख्रिश्चन खानदानी बाप व मुलगी त्यांच्या मनात घर करून राहतात. ती मुलगी त्यांच्याकडे पाहते, त्यांना ओळखते. पण यापुढे मजल जात नाही. त्या घरात जाऊन एकदा ते घर आतून पाहण्याची बापूसाहेबांची इच्छा. सेवानिवृत्ती घेतल्यानंतर त्यांना ते घर बंद आढळते. मुलगा व सुनेला त्यांची इच्छा वेडेपणाची वाटते. त्यांचा डॉक्टर मित्र मात्र त्या मुलीचा आता वृद्ध झालेल्या स्त्रीचा फॅमिली डॉक्टर असतो. बापूसाहेब एक दिवस कुलूप तोडून त्या घरात जातात. घरभर फिरतात, जुन्या आठवणींनी गदगदतात. भीतीने मुलगा, डॉक्टर ही बाब त्या वृद्धेला फोनवरून सांगतात व पोलिसांना न कळविण्याची विनंती करतात. ती वृद्धा बापूसाहेबांना ओळखते, इतकेच नव्हे तर त्यांनी त्या घरात प्रवेश केल्याने आनंदते.

छोट्या छोट्या वाक्यांचा वापर हा शैलीविशेष याही कथेत दिसतो. मात्र स्थानान्तरणांची उदाहरणे नगण्य आहेत. संवादात इंग्रजीचा वापर भरपूर आहे. बापूसाहेबांना मनोविकार असल्याची शंकाही कथेत व्यक्त होते पण त्याचा परिणाम कशावर झालेला दिसत नाही. बापूसाहेबांनी हट्टाने समोरच्या बंद बंगल्यात जाणे व मालकिणीने त्यात आनंदच मानणे एवढीच घटना या कथेत आहे. घटनेपेक्षा ठसा उमटतो तो बापूसाहेब या व्यक्तीचा.

कथा या आकृतिबंधात मोजकी माणसे असतात. माणसांचा समूह नसतो. याही कथेत बापूसाहेबांचा मुलगा वसंता, सून सुधा, डॉक्टर, समोरची मुलगी व आता वृद्ध झालेली रोझा, तिचे वडील अशी मोजकीच पात्रे येतात. तीही बापूसाहेबांच्या संदर्भात. त्यांना वेगळे अस्तित्व नाही. माणसांचा समूह, मुख्य पात्राच्या निरपेक्ष असे त्यांचे संबंध, मुख्य पात्र माणूस न राहता एखादे स्थळ, एखादे सूत्र मुख्य असणे या गोष्टी कादंबरीत संभवतात. माणसांचे असे समूह व त्यांचे सामूहिक संबंध, सामूहिक जीवन 'दोन मित्र' मध्ये दिसतात. पण 'दूर तेथे

दूर जेव्हा', 'राहीच्या स्वप्नांचा उलगडा' यात कथेप्रमाणे एकाच पात्राभोवती इतर माणसे फिरतात. 'दुश्चिन्ह आणि चाफ्याचे फूल' मध्ये मुख्य पात्र एक व्यक्ती नाही हे खरे. पण यातील पात्रांचे प्रश्न व त्यांची उकल, या पात्रांचा कादंबरीतील प्रवास एकाच दिशेचा—इतका की ती चारही पात्रे एक वाटावीत. 'दोन मित्र' प्रमाणे 'सर्प' ही एक पात्र केंद्रित नाही. पण जलसाबाईंच्या संदर्भात इतर पात्रे सर्व एकत्रितपणे दुष्ट शक्ती म्हणून उभी राहतात. त्यांच्यात विभिन्नता नाही. कादंबरी ही कथेप्रमाणे लिहिण्याचा हा परिणाम असावा; म्हणूनच दीर्घ कथेला कादंबरिका किंवा लघुकादंबरी म्हटल्याने तिची मूळ कथा, रचना बदलत नाही.

'लिंपण' ही कथा एका दलित मुलाच्या दृष्टिकोनातून लिहिलेली कथा आहे. दलित समीक्षक, दलित लेखक, तिला दलित-कथा म्हणून नक्कीच स्वीकारणार नाहीत. शेजारच्या सवर्ण कुटुंबाने या दलित मुलाच्या कुटुंबाला मनाने दूरच ठेवलेले असते. दलित पोरसवदा मुलगा, त्याचे पुरोगामी विचाराचे वडील अण्णा, आई, भाऊ, शेजारचा सवर्ण मित्र रवी व त्याचे आई-वडील (काका-काकू) अशी मोजकीच पात्रे या कथेत आहेत. रवी व निवेदक मुलगा एकत्रितपणे एक मांजराचे पिलू पाळतात; त्याचे नाव 'दोस्त' असे ठेवतात. शेजारचे सवर्ण कुटुंब दलित कुटुंबाचा विटाळ मानते. त्यांचे ऑक्वेरियम 'दोस्त' ने फोडल्याच्या संशयातून दोन कुटुंबात बेबनाव होतो. मात्र रवीच्या आजारपणात अण्णांच्या प्रयत्नांनी रवी वाचतो. सवर्ण कुटुंब क्षमा मागते. पुढे बदली झाल्याने सवर्ण कुटुंब दूर जाते. काही वर्षांनी निवेदकाला रवी भेटतो. ते रवीच्या घरी जातात पण निवेदकाच्या कपबशीचा रवीची आई विटाळ मानते, हे निवेदक उमगतो. मने सांधली जात नाहीत. लिंपण न झाल्याने ती उखडलेलीच राहतात. अस्पृश्यांच्या वस्तू चालत नाहीत पण त्यांनी दिलेला पैसा कसा चालतो या निवेदकाच्या निरुत्तर करणाऱ्या प्रश्नांवर कथा संपते.

या कथेला दलित-कथा कोणताही दलित साहित्यिक वा दलित समीक्षक म्हणण्याची शक्यता शून्य. कारण यात दलितांनी भोगलेल्या दाहक वास्तवाचे वर्णन नाही. आंबेडकरी विचार नाही. शेवटी विचारलेला प्रश्न भेदक, वगैरे तर मुळीच नाही. मध्यमवर्गीय सवर्ण संवेदनेतून एका दलित मुलाबाबतची ही काल्पनिक कथा आहे. शरणकुमार लिंबाळेंसारखे लेखक-समीक्षक तर यातील छुप्या 'ब्राह्मण्या'वर बोट ठेवतील. निवेदकाच्या बहिणीचे लग्न सवर्णातील मुलाशी ठरविण्याच्या कृतीने हे ब्राह्मण्य लपणार नाही. रवीचे आजारपण, अण्णांची धडपड, निवेदकाच्या आईचा समजूतदारपणा हे सर्व सवर्णांच्या संवेदनेतून

कथेत मांडले जाते. निवेदकाचा राग फक्त प्रश्न विचारून थांबतो, त्याचा स्फोट होत नाही. या कथेत विद्रोहाची पुसटशी कल्पनाही येत नाही. सवर्ण भेदरलेपण इतके की निवेदक दलित असूनही तो स्वत:च्या जातीचा उल्लेख टाळून ××× असे चिन्ह वापरतो! जातीचा उल्लेख हा व्यवहारात पुढे भोवण्याची शक्यता मुळातच उत्पन्न होऊ न देण्याची ही खास चलाखी.

दलित जीवनातील घटनांची दाहकता काढून मिळमिळीतपणे त्या मांडण्याची ही रीती अर्थातच कथेची धार बोथट करते. भीतीपोटी येणारा संयम गौरवास्पद राहत नाही. या कथेत विशिष्ट व्यक्तीचे रेखाटन नाही पण धड 'गोष्ट' ही नाही. दलित जीवनावरची प्रचारकी थाटाची ही एक काल्पनिक कथा. सुटसुटीत वाक्यरचनेचा शैलीविशेष या कथेत जाणवत नाही. ही कथा ना व्यक्तिचित्र रेखाटते, ना वेधक गोष्ट सांगते. दलितांना अतिपरिचित असणारा पण त्यातून दलित मानसिकतेतील विद्रोहाची भावना व्यक्त न करणारा असा एक सामान्य प्रसंग या कथेत मांडला जातो.

या कथेत वाक्ये बऱ्यापैकी लहान असली तरी पदबंधाचे वाक्यान्ती स्थानान्तरण, क्रियापदहीन वाक्य-रचना या गोष्टींचा मागमूसही नाही. दलित-जीवनाचे दर्शन यात नाही. तसेच दलित भाषेचाही कुठे वापर नाही. मध्यमवर्गात येऊन बसलेल्या सवर्णांची जीवनशैली असणाऱ्या दलित कुटुंबातील मुलाची ही कथा आहे.

कथा हा विशिष्ट घटना, विशिष्ट व्यक्ती यांच्याभोवती केंद्रित होणारा आकृतिबंध असल्यामुळे त्याला पूरक अशीच इतर पात्रे, त्यांचे संबंध, वास्तवाचे तपशील तीमध्ये येतात. एक प्रकारे 'निवड' हा कथारचना कौशल्याचा प्रमुख भाग असतो. पण यातही विश्वासार्हता जपण्यासाठी काहीएक पार्श्वभूमी तयार करावी लागते. अन्यथा निवेदनात अतिशयोक्ती, असंभाव्यता, अनाकलनीयता, ओढूनताणून आणलेले व्यक्ती वा घटनेचे विशेष दिसू लागतात. 'लिंपण' कथेत रवी आजारी पडतो तेव्हा सतत मित्राचे व मांजराचे नाव घेतो असे निवेदन येते; निवेदक व रवी यांच्या मैत्रीचे गडद रंग कथेत कुठेच प्रस्थापित न होता. त्यामुळे ही अतिशयोक्ती वाटते. रवीच्या वडिलांचा पश्चात्ताप हा असाच आहे पण किमान स्वीकारणीय आहे. लेखकालाच हे जाणवल्यामुळे कदाचित 'खरंतर धड्यातल्या दृश्य प्रसंगासारखं हे दृश्य मला वाटलं खरं' अशी टिपणी निवेदनात येत असावी.

'कर्म' ही कथा सासण्यांच्या आवडत्या अशा अतर्क्य गूढ योगायोगावर आधारलेली. जुळत आलेलं लग्न मोडण्याचे 'कर्म' असणारा ब्रह्मदेव व कुत्र्याच्या गळ्यात स्वत:च घातलेली चांदीची साखळी मिळवता न येणारे कर्म असणाऱ्या मुरारीची ही कथा. योगायोगाने ते दोघे एकत्र येऊन कथा पुढे सरकते. कथेचा

विषय घटना, व्यक्ती नसून हे अतर्क्य असे 'कर्म' आहे. याला भर म्हणून बाहेरख्यालीं मुलीच्या लग्नासाठी आपल्या व्यवसायाचा वापर करण्यात केविलवाणे अपयश येणारा अंध ज्योतिषी, त्याची कन्या ही पात्रे घातली आहेत. जी. ए. कुलकर्ण्यांच्या कथेची सावली असल्यासारखी ही कथा. परिस्थितीला गूढगम्य बनवताना वापरल्या जाणाऱ्या क्लृप्त्या पुनरावृत्त होतात. उदाहरणार्थ 'लाल फुलांचं झाड' मध्ये मामीच्या घरात एक थरकाप उडवणारं वाघाचं चित्र घराच्या संदर्भाचा एक भाग म्हणून येते.याही कथेत ज्योतिषाच्या घराचा संदर्भ चितारताना भिंतीवरील देवीच्या व्याघ्रारूढ तसबिरीचा उल्लेख येतो. सूर्योदय, सूर्यास्त यांचे रंग, रात्रीचा काळोख यांची वर्णने ही देखील नेहमीच्या वापरातील वर्णने आहेत. छोट्या छोट्या वाक्यांचा वापर हा शैली-विशेष या कथेतही आहे. मात्र माणसाच्या 'कर्मा'चा, त्याच्या अतर्क्य अशा भागधेयाचा ठसा या कथेतून मनावर खोलवर उमटत नाही. सर्व सामग्री तर जमवलेली पण पदार्थ मात्र तयार होत नाही, अशी काहीशी अवस्था सासण्यांच्या गूढगम्य विषयावरील लेखनात होते. 'कर्म' हे त्याचे उदाहरण. हीच गोष्ट 'दूर तेथे दूर तेव्हा' व 'राहीच्या स्वप्नांचा उलगडा' यातही दिसते. कादंबरीमध्ये नियतीवरचे सासण्यांचे लेखन काय कसाचे असू शकेल याची पूर्वसूचना 'कर्म' व 'लाल फुलांचं झाड' यातून जणू मिळते.

'अरण्य' ही या संग्रहातील सर्वात मोठी म्हणजे तीस पानांची दीर्घकथा. सासण्यांच्या कादंबरी-लेखनावर प्रकाश टाकणारी अशी. आपल्या पत्नीच्या चेहऱ्यासारखा चेहरा असणारी नग्न मूर्ती, समोरच्या गल्लीतल्या दुकानात विक्रीला आल्याचे कळल्याने हादरून व भेदरून गेलेल्या एका सरळमार्गी मध्यमवर्गीय माणसाची ही कथा. कथेला सुरुवातीला चांगला वेग आहे. क्रियापदहीन वाक्ये, लहान वाक्ये, वाक्यान्त स्थानी पदबंध स्थानान्तरित करण्याची लकब हे सासण्यांच्या कादंबरीतले सर्व शैलीविशेष या कथेत आहेत. शहरातील गर्दीच्या बोळात, मळक्या घरात राहणाऱ्या या पात्राची मानसिक उलघाल सुरुवातीपासूनच पकड घेते. त्यानंतर घडणाऱ्या बारीकसारीक घटना व त्यावरच्या वसंताच्या प्रतिक्रिया यामुळे निवेदनाला वेग येतो—इतका की माँपासा किंवा सॉमरसेट मॉमचे तंत्र वापरून कथेची परिणती होते की काय अशी शंका येते. पण 'भुकेची जाणीव नव्हती', 'गाढ झोपेसाठी आपण प्रसिद्ध आहोत', 'तापलेल्या अंगानं तो खुर्चीवर येऊन बसला तेव्हा दुपार झाली होती' यासारखे अनावश्यक तपशील, 'कुणीतरी घंटा वाजवू लागलं, घणघण. त्याला वाटलं, ह्याही वेळेला लोक मंदिरात जातात. त्याला तो आवाज, तो अंधार आणि वाऱ्याचं अधूनमधून नसणं,

मधूनमधून प्रकट होणं, सगळंच तिरस्करणीय वाटायला लागलं होतं. रस्ता रिकामा झाला होता. जवळजवळ आसपास कोणी नव्हतं, घराघरातंले शेजारी गुपचूप झाले होते. तो त्यांची कळकट घरं पाहत राहिला. कसल्याशा अगम्य तंद्रीत गेला. शरीरातली एखादी नाडी दुखत असावी, एखादा भाग दुखत असावा, तो सर्व परिस्थितीत, सर्व मन:स्थितीत दुखतच राहावा, तसं त्याला होत राहिलं...' अशा निरुद्देश वर्णनांमुळे लागलेली लांबण आणि 'आईचं देऊळ जवळ जवळ आलं. वड जवळ आला. कुणीतरी घंटा बडवत होतंच. तो थबकला. देवळात प्रवेश करणारे आपल्याकडे पाहत आहेत का? तो एकाक्ष, कुरूप पुजारी पाहतो आहे का? त्यानं वर पाहिलं. आकाशात विक्राळ पसरलेला वड आहे. त्याच्या पारंब्या, त्याच्या फांद्या, त्यातून उतरणारा ट्यूबचा प्रकाश. पानं चमकत आहेत. बाकी बेचक्या बेचक्यात, फांद्याफांद्यात फक्त अंधार. प्रत्येक पानाला कुतूहलाचा डोळा आहे. प्रत्येक डोळा सरळ, वरच्या मजल्यावर आपल्या घराकडे पाहतो आहे' यासारखी मानसिक अवस्था दाखविण्याच्या प्रयत्नात होणारी अतिशयोक्ती या तीन गोष्टींमुळे हा वेग पुढे कुंठीत होत जातो. कथेच्या शेवटी वसंताची पत्नीच तो पुतळा विकत आणून वसंताचे मन उगीचच व्यथित झाल्याचे म्हणते. आपल्याभोवती माणसांचे 'अरण्य' आहे अशी भावना वसंताला येत असताना चिंतामणी, ओंकारची आई, ओंकार यातला चांगुलपणा हाच आश्वासक आहे, जगण्याला अर्थ देणारा आहे, असे तात्पर्यही कथेत मांडले जाते. या तथाकथित तत्त्वज्ञानात्मक चिंतनापेक्षा मॉमचे धक्का तंत्र वापरले असते तरी बरे असे वाटते.

माणसाच्या चांगुलपणावर, जीवनातल्या नैतिकतेवर, सकारात्मक वगैरे विचार करण्यावर सासण्यांचा उघडपणे भर येतो. 'दुश्चिन्ह आणि चाफ्याचे फूल', 'दूर तेथे दूर तेव्हा', 'सर्प', 'दोन मित्र' या कादंबऱ्यांतही तो दिसतो. 'दुश्चिन्ह आणि चाफ्याचे फूल' मध्ये आणि त्यावरच्या नाटकात तर तो प्रमुख विषयच बनतो— इतका की पात्रे गौण ठरतात. या उपदेशात्मक विषयाचे सासण्यांना एवढे आकर्षण का असावे?

गोष्ट सांगताना किंवा घटनेचे वृत्त देताना त्यावर तात्त्विक मुलामा उघडपणे चढविण्याची वृत्ती सासण्यांच्यात दिसते. मग तो मुलामा, मुलामा देणाऱ्या निवेदकाला शोभो वा न शोभो. 'लिंपण' मधला किंवा 'लाल फुलांचं झाड' मधला निवेदक लहान मुलगा आहे. पण त्याचे चिंतन, त्याची तत्त्वज्ञान सांगण्याची प्रवृत्ती मोठ्या माणसाची आहे. 'आप्पांचा कोट' ही सात पानी कथा केवळ एक घटना सांगते—एका लहान मुलाच्या मुखातून आपल्या आजोबांचा कोट एक

बाई तिच्या स्वत:च्या भिकारी, गुन्हेगार मुलाला चोरून देणारी आई पाहून हा मुलगा थेट तत्त्वज्ञानात शिरतो. कथेच्या प्रारंभी व शेवटही! खरं-खोट्याचा आग्रह हा परिस्थितीनुसार बदलू शकतो हा व्यवहार, तत्त्वज्ञान म्हणून सांगतो.

कथेमध्ये एक गोष्ट तरी असते किंवा एखादे चित्र-रेखाटन असते. 'मनात रुजलेलं घर', 'लाल फुलांचं झाड' आणि 'अरण्य' यात अनुक्रमे बापूसाहेब, मामी आणि वसंतराव यांची चित्रे रेखाटली आहेत. 'कर्म' मध्ये नियतीचा खेळ तर 'लिंपण' मध्ये अस्पृश्यता यावरील गोष्टी आहेत. सासणे हे 'गोष्ट' सांगण्यापेक्षा व्यक्तीची चित्रे रेखाटण्यात अधिक यशस्वी होतात असे दिसते. मागे सांगितल्याप्रमाणे 'लिंपण'ची गोष्टच मुळी वास्तव उभे करण्यात अयशस्वी होते तर 'कर्म' मधील नियतीची गोष्ट ही केन्द्रित न होता पसरट होते.

कादंबरी व्यक्तिप्रधान असण्याची शक्यता असली तरी तिला गोष्ट पूर्णपणे टाकता येत नाही. घटना नसल्या तर किमान मनाची, विचारांची आंदोलने कादंबरीत असावी लागतात. घटनाप्रधान कादंबरीत व्यक्तींचा समूह येतो व घटनेच्या संदर्भात प्रत्येक पात्राला लहान-मोठी गोष्ट चिकटली जाते. व्यक्तींचा समूह दूर राखला, त्यांचे संदर्भ फक्त मुख्य पात्राच्याच संबंधात आले म्हणजे त्यांना स्वतंत्र गोष्टी नसल्या तर केवळ निवेदन व वर्णन यांच्या विस्तारावर कादंबरी तगत नाही. ती दीर्घकथा होते. उदाहरणार्थ, 'दुश्चिन्ह आणि चाफ्याचे फूल' मध्ये माणसांचा समूह आहे. मुख्य पात्राऐवजी नकारात्मक विचार व मग सकारात्मक विचार या विषयाशी फक्त त्यांचे संदर्भ जोडले आहेत. विश्वजित व पल्लवी यांचे संबंध दाखविणारी गोष्ट त्यात नाही. अनुयाचा भित्रेपणा, तिची घरच्यांनी संशय घेतल्यावर होणारी उलघाल व पुढे तिने निर्धाराने केलेला सामना हे संदर्भ फक्त विषयाशी जोडण्यासाठीच येतात. तिचे कॉलेज-जीवन, तिच्या मित्र-मैत्रिणी, ती व अरुंधती यांचे संबंध दाखविणारी गोष्ट किंवा तिची व किरणची तार जुळण्यासाठी आवश्यक असणाऱ्या घटनांची गोष्ट या कादंबरीत नाही. पती-पत्नींच्या वैवाहिक जीवनातील किंवा किरणमयीच्या जीवनातील व्यक्तिरेखा ठळक करणाऱ्या गोष्टी कादंबरीत सांगितल्या जात नाहीत. ही कादंबरी कथेप्रमाणे अल्प घटना व अल्प रेखाटनातून फक्त विषय मांडते. कादंबरी-लेखनात सासणे कथेतून बाहेर येत नाहीत आणि म्हणूनच की काय त्यांच्या कादंबऱ्या या कादंबरिका याच बाह्य स्वरुपात राहतात.

- o - o - o -

. ८ .

कादंबरी-लेखन

साहित्यात कथा (केवळ लघुकथा नव्हे) हा कादंबरीपेक्षा जास्त प्राचीन आकृतिबंध आहे व असतो. महाकाव्यात सुद्धा अनेक कथा असतात. कविता व कथा हे साहित्याचे मूळचे आकृतिबंध वाटतात. कादंबरी हा आकृतिबंध प्राचीन नाही. इंग्रजी वाङ्मयात एलिझाबेथन काळात कविता व नाटक हे दोनच आकृतिबंध दिसतात. कवितेची श्राव्यता व नाटकाची दृक्श्राव्यता या प्रयोगजीवी कलेला अनुरूप गोष्टी आहेत. कादंबरीत या दोहोंचा अभाव असतो. साहित्याचा उगमच मुळी श्रवणेन्द्रिये म्हणजे कान व डोळे यातून प्रत्यय येण्याच्या प्रक्रियेतून झाला असल्याने कविता आणि कथेचे प्राथमिकत्व नैसर्गिक आहे. भाषेच्या नैसर्गिक तालाशी खेळण्याची आणि आपल्याला आलेल्या अनुभवाचे महत्त्व वाढविण्यासाठी इतरांना तो सांगताना भाषेचा कुशलतेने वापर करण्याची मानवी प्रवृत्ती स्वाभाविक आहे; सार्वत्रिक आहे. कोणत्याही भाषेच्या साहित्य-व्यवहारात कविता लिहिण्याची प्रवृत्ती मोठ्या प्रमाणावर दिसते. कवितेचे पीक अमाप असते—इतके की त्याची नोंद वा दखलही लिखित दस्तऐवजात घेतली जात नाही. एवढेच काय जीवनाच्या एका विशिष्ट टप्प्यावर आपण क्रीडा म्हणून कविता करत होतो हे माणसे विसरतातही. गोष्ट सांगणे हे घटना-निवेदनातील कौशल्याचे प्रतीक. जगातील साहित्यात कथेचे प्रमाण— नोंदवले गेलेले व न गेलेले—खूप मोठे असण्याची शक्यता आहे. कादंबरी-लेखन ही कथा-लेखनाच्या कलेची विकसित अवस्था आहे; अर्थात यातून कथा-लेखन गौण ठरते असे नव्हे.

इंग्रजी साहित्यात सोळाव्या शतकाच्या अखेरीच टॉमस नॅशच्या १५९४ मधील 'अन्फॉर्च्युनेट ट्रॅव्हलर' यामध्ये कादंबरीचा आढळ होत असला तरी इंग्रजी साहित्यात खऱ्या अर्थाने कादंबरी-लेखन बहरण्याचा काळ सॅम्युअल रिचर्डसन यांच्या 'पामेला' या १८ व्या शतकातील कादंबरी लेखनापासून सुरू झाला. १९ व्या शतकात इंग्रजी कादंबरी खऱ्या अर्थाने बहरली. वाचनासाठी

उपलब्ध होणारा वेळ, वाढता शिक्षित मध्यमवर्ग आणि चित्रपट, दूरदर्शन या आजच्या काळातल्या प्रचंड जनसंपर्क असणाऱ्या साधनांचा अभाव १९ व्या शतकात कादंबरी प्रसाराला अनुकूल ठरला. मराठीत कादंबरी व कथा लेखन हे दोन्ही इंग्रजी शिक्षणामुळेच रूजले. इंग्रजी शिक्षणाविना कोणत्याही भारतीय भाषेत कादंबरी स्वतंत्रपणे विकसित झाली नाही किंवा कादंबरी वाचनाची आवड निर्माण झाली नाही. कवितेप्रमाणे अनुकरण हीच या सर्वच मराठी लेखनाची २० व्या शतकात मुख्य प्रेरणा होती. नवशिक्षित उच्चवर्णीय मध्यम वर्ग हा या साहित्याचा वाचक होता. त्यामुळे त्याच्या वास्तवाच्या संदर्भातच कथा कादंबरी लेखन होणे अपरिहार्य होते. ह. ना. आपटे ते श्री. ना. पेंडसे यांच्या वाचक वर्गांत अभिरुचीचेही एक सातत्य होते. १९६० नंतरच्या ग्रामीण कादंबरीचा किंवा भाऊ पाध्ये, भालचंद्र नेमाडे यांच्या कादंबरी-लेखनाचा वाचकवर्ग हा वेगळा होता; तो केवळ शहरी शिक्षित मध्यमवर्गापुरता मर्यादित नव्हता. १९७० नंतर मराठी कथनात्मक साहित्याला दलित आत्मचरित्रांनी आणखी नवे वळण दिले. याचा वाचकवर्ग अभिजनांनी नाकारलेल्या व आर्थिक, सामाजिक व सांस्कृतिक दृष्ट्या प्रस्थापितांविरुद्ध विद्रोह करण्यास जागृत झालेल्या समाजातील अगदी तळाशी असणाऱ्या नवशिक्षित समाजातील होता. १९६० पासून इंग्रजी कादंबरीचे अनुकरण पूर्णतः दूर सारले गेले नसले तरी इंग्रजी कादंबरी एकमेव आदर्श राहिली नाही. याची कारणे अनेक होती. पैकी एक महत्त्वाचे कारण म्हणजे शिक्षण पद्धतीमध्ये केवळ इंग्रजी साहित्याचे प्राबल्य कमी होत गेले. दुसरे कारण असे की इंग्रजी कादंबरीत होणारे बदल हे युरोपातील वैचारिक बदलाला समांतर आणि म्हणून विलक्षण वेगाने होणारे बदल. व्हर्जिनिया बुल्फच्या कादंबऱ्या मनोविश्लेषणात्मक. पण हे मनोविश्लेषण मराठी वैचारिक क्षेत्रात समरसून गेले नाही. काफ्का, सार्त्र, कामू यांच्या कथनात्मक साहित्यामागे अस्तित्ववादाची पार्श्वभूमी होती. मराठी वैचारिक क्षेत्रात अस्तित्ववादही सामावला गेला नाही. (तत्त्वज्ञान आणि विज्ञान यापासून मराठी वैचारिक क्षेत्र दूरच राहिले.) किरण नगरकर, डांगे, नेमाडे यांच्या कादंबऱ्यात अस्तित्ववादी लेखनाचे अनुकरण दिसते पण तेही वरवरचे. राजकीय क्षेत्रात न रुजलेला मार्क्सवाद मराठी वैचारिक क्षेत्रात स्थिरावणेही शक्य नव्हते. मार्क्सवादी कादंबरी-लेखन तर दूरची बात. भाषाविज्ञानाच्या अंगाने युरोपात विकसित झालेला संरचनावाद व त्यानंतरचा विरचनावाद मराठीला भाषाविज्ञानाची प्राथमिक अवस्थाही आत्मसात न करता आल्यामुळे साहित्यविचारावर त्यांचा प्रभाव पडणे शक्य नव्हते. भारतीयांच्या

इंग्रजी-कादंबरी लेखनाचा विचार केला तर हे स्पष्ट दिसते की ही कादंबरी इंग्रजी साहित्य विचारातील नवप्रवाहांना कधी सामोरी गेली नाही; तिचे रचनातंत्र डिकन्स-हार्डी-गोल्डिंग असे जुन्या लेखन-परंपरेतलेच होते. राजा राव, माळगावकर ते झुंपा लाहिरी, अरुंधती रॉय यांच्या कादंबऱ्या याची साक्ष देतील.

विसाव्या शतकाच्या पूर्वार्धामध्ये ब्रिटिश आणि अमेरिकन कादंबरी लेखकात दोन वर्ग दिसतात. एक, दिसणाऱ्या वास्तवात ढवळाढवळ न करता ते दिसते तसे मांडणाऱ्या कादंबरीकारांचा वर्ग. यात आरनॉल्ड बेनेट (१८६७ - १९३१) पासून स्टेनबॅक पर्यन्तचे लेखक येतात. दुसरा वर्ग जीवनाने पुढे मांडलेल्या गोष्टीतून काही गोष्टींची निवड करून एक जग निर्माण करणाऱ्यांचा. हे जग भोवतालचे प्रत्यक्ष जग नसते तर त्याचे आभासमय प्रतिनिधित्व करणारे जग असते. यात जोसेफ कॉन्रॅड (१८५७-१९२४), व्हर्जिनिया वुल्फ (१८८२-१९४१) फिट्झ्जिरल्ड इत्यादी कादंबरीकार येतात. आधुनिक मराठी कादंबरीकार हे फार तर पहिल्या वर्गात खटपट करून बसविता येतील—बसवायचा अट्टहासच केला तर.

विसाव्या शतकाच्या उत्तरार्धात पाश्चात्त्य तत्त्वज्ञान आणि सामाजिक इतिहास यातील प्रगतीमुळे जगाविषयीचा पारंपरिक युरोपीय दृष्टिकोनच मोडीत निघाला. याची परिणती 'कादंबरी हा मृत झालेला साहित्य प्रकार आहे' या विचारात झाली. काल, व्यक्ती, वास्तव यांचे 'आहेपण' नाकारले जाऊन 'परमेश्वरही मृत्यू पावला' अशी एक भूमिका तयार झाली. ही सर्व वैचारिक आवर्ते मराठी विचारक्षेत्रापर्यंत सांस्कृतिक पार्श्वभूमीच्या अभावामुळे पोहोचणे शक्य नव्हते. आधुनिकतावाद, उत्तर आधुनिकतावाद, हे शब्द केवळ भाषांतर-पर्याय या स्वरूपात मराठीत आहेत. मराठी चित्रकला, मराठी वास्तुकला यातील एकंदर आनंद पाहता त्यांचा सर्वंकष अर्थ व परिणाम समजणे अशक्य आहे. थोडक्यात १९ व्या शतकातील इंग्रजी कादंबरी-लेखनाचे २० व्या शतकात मराठी कादंबरीकारांनी मोठ्या प्रमाणात अनुकरण केले पण २० व्या शतकातील इंग्रजी कादंबरी-लेखनाचे अनुकरण करणेही मराठी लेखकांना शक्य झाले नाही. अर्थात ब्रिटिश व अमेरिकन कादंबरी-लेखनात पारंपरिक कादंबरी-लेखनाचा प्रवाह पूर्णत: आटला नाही. अमिस, लार्किन, वेन यांचे लेखन हे दाखविते. 'पॉप्युलर फिक्शन' मध्ये तर तो जोमदारपणे टिकून राहिला. मराठी लेखक-वाचकांना इंग्रजी 'पॉप्युलर फिक्शन'चे आकर्षण आहे ते कदाचित यामुळे असावे. आधुनिक मराठी कथा-कादंबरीकारातील सर्व कथा-कादंबरीकारांच्या—खानोलकर, दळवी, गाडगीळ,

भावे, गोखले, सरदेशमुख, साधले, पाटील, बगे, नगरकर, यादव, मराठे, चित्रे, देशमुख वगैरे आणि सासणे यांच्या—कथा-कादंबरी लेखनाला काही खास वैचारिक किंवा तात्त्विक तयारीची आवश्यकता वाटली नाही तेही याचमुळे.

सासण्यांच्या नमुना म्हणून घेतलेल्या पाच कथा व त्यांच्या एकूण पाच कादंबऱ्या यांचा विचार करता सहजपणे जाणवणारी गोष्ट म्हणजे त्यांचा पात्रांच्या मनातील भावस्थितीचे वर्णन करण्याचा प्रयत्न. मागे म्हटल्याप्रमाणे अर्थातच याचा मानसशास्त्राशी फारसा संबंध नाही. वस्तुत: निखळ कादंबरी - लेखनाचा प्रयत्न पूर्ण तयारीनिशी करावा लागतो.

मनोविश्लेषणाचे तंत्र वापरणाऱ्या व्हर्जिनिया वुल्फ यांच्या कादंबरी-लेखनाच्या प्रयत्नाचे उदाहरण यादृष्टीने उपयुक्त ठरेल. 'मिसेस डॅलोवे' ही त्यांची प्रसिद्ध कादंबरी. चार वह्या आणि एक टाईप केलेली प्रत या स्वरूपात तिची मूळ प्रत उपलब्ध आहे. मुळात वुल्फनी 'मिसेस डॅलोवे इन बॉण्ड स्ट्रीट' अशी एक कथा लिहिली.

ही कथा हे पहिले प्रकरण व त्याला जोडून 'प्राइम मिनिस्टर' हे दुसरे प्रकरण अशी सुरुवातीची कादंबरीसाठी वुल्फची योजना होती, जेथे पहिली कथा संपते, तेथून पुढे 'प्राइम मिनिस्टर' प्रकरण सुरू होते. या कादंबरीचे नाव 'ॲट होम' किंवा 'द पार्टी' असे ठेवायचे होते. कादंबरीच्या शेवटी मिसेस डॅलोवे आत्महत्या करणार होती. या कादंबरीची थीम सत्तेचा अधिकार व बेजबाबदारपणा अशी होती. मिसेस डॅलोवे या पुराणमतवादी मध्यम वर्गाच्या व अधिकाराच्या प्रतिनिधी होणार होत्या. तर प्रेन्टिस हे पात्र जबाबदारी झटकण्याचे प्रतीक होणार होते. राजकारण व समाजकारण यातील संघर्ष ही या प्रस्तावित कादंबरीची थीम असणार होती.

प्रकाशित कादंबरीत मात्र ही थीम क्लॅरिसा डॅलोवे व किलमन यांच्या वैयक्तिक संघर्षात परिणत होऊन गौण बनते. वुल्फना मनोविश्लेषणाचे आकर्षण होते. मनोवास्तवाला प्राधान्य देण्यासाठी सामाजिक व राजकीय प्रश्नातील प्राधान्याचा बाह्यात्कारी संघर्ष हा त्यांनी गौण केला. क्लॅरिसा, डॅलोवे यांच्या मनोवृत्तीवर भर देण्यासाठी मग सेप्टिमस स्मिथ या नवीन पात्राची भर घातली गेली. कादंबरीचा आराखडाही मग त्यांनी बदलला. सेप्टिमस स्मिथ हा प्रेन्टिसचा मित्र म्हणून येतो. क्लॅरिसा, डॅलोवे व सेप्टिमस यांचे सत्याविषयीचे दृष्टिकोन भिन्न करण्यात आले. या दोन दृष्टिकोनांचा संगम कादंबरीच्या अखेरीस होतो. कादंबरीत क्लॅरिसा पार्टी देते, पार्टी सोडून एकटी दूर जाते व शेवटी परत पार्टीत सामील होते. यातून

जीवन व मृत्यू ही थीम प्रभावीपणे मांडली जाते. पार्टी हे जीवनाचे प्रतीक तर सेप्टिमस स्मिथने केलेली आत्महत्या हे मृत्यूचे प्रतीक. अर्थात हा मृत्यू एक प्रकारचे समर्पण दाखवून त्याचे सत्य वेगळ्या प्रकारे मांडले जाते.

वुल्फ यांच्या नोंद-वहीतून असेही दिसते की कादंबरीची रचना प्रकरणात न करण्याचे एका क्षणी त्यांनी ठरविले होते. याचे कारण प्रकरणांमुळे निवेदनात खंड येतो. 'मिसेस डॅलोवे' मध्ये तर त्यांना अनाहतपणाचा परिणाम साधायचा होता. त्यासाठी कादंबरीची वीण सलग ठेवाविशी वाटत होती. शेवटी सात सीन्स ठेवून, त्यांचा काळ मात्र एका दिवसाच्या अवधीत बंदिस्त करून वुल्फ ते साधतात. एका दिवसातील तासांचा हा खेळ सातही सीन्स इतके बेमालूमपणे एकसंघ करतो की एका क्षणी कादंबरीचे नाव 'दि अवर्स' ठेवावे असे वुल्फ यांनी ठरविलेही होते.

या कादंबरीची मुख्य थीम सत्य. सत्याचे स्वरूप विवेकाच्या अंगाने क्लॅरिसा मांडते तर अविवेकाच्या अंगाने सेप्टिमस मांडतो. विवेक म्हणजे शहाणपण व अविवेक म्हणजे वेडेपण अशा दोन्ही बाजूंनी सत्याचा विचार होतो. कादंबरीचा फोकस मग जीवन (क्लॅरिसा) व मृत्यू (सेप्टिमस) यावर केंद्रित होतो. जीवन म्हणजे जीवनाचा अर्थ आणि मृत्यू म्हणजे मृत्यूची भीती. विवेक-अविवेक या थीमची गुंफण मग जीवनाचा अर्थ व मृत्यूची भीती यांच्याभोवती केली जाते. कथेतील मूळची राजकारण व समाजकारण यातील द्वंद्व ही थीम कादंबरीत सत्याबाबतच्या दोन विरोधी मनोभावांच्या अनुषंगाने येते. कादंबरीची रचना ही मनोविश्लेषणात्मक होण्यासाठी वुल्फ एवढे बदल करतात.

कथेतील व्यक्तींच्या व्यक्तिरेखा मग कादंबरीच्या मुख्य थीमला अनुसरून चित्रित होतात. सेप्टिमसचे वेड चित्रित करण्यात वुल्फ आपल्याला खूप कष्ट पडल्याचे नोंदवतात. त्याच्या वेडाचे स्वरूप उकलून दाखविण्यासाठी त्याच्या पत्नीचे—लुक्रेशिआचे पात्र वाढविले आहे. सेप्टिमसच्या खचून जाण्याची ती केवळ एक साक्षीदार-अवलोकनकार नाही. ती स्वत: नवऱ्यासारखी एकाकी आहे. तिच्या या बाह्य जगापासून अलग होण्याचा परिणाम सेप्टिमसच्या अंतिम एकाकीपणावर व मृत्यूसाठी मुक्त होण्यावर होतो. वुल्फ स्वत:च्या लेखनाकडे तटस्थपणे, समीक्षात्मक टिपण करीत राहिल्या. कादंबरीच्या पुनर्लेखनाच्या वेळी या टिपणांचा त्यांनी वापर केला. त्यातूनच कादंबरीची थीम स्पष्ट होत गेली, व्यक्तिचित्रणाला खोली आली आणि कादंबरीची संरचना चिरेबंदी झाली.

पीटर वॉल्श या पात्राच्या माध्यमातून वाचकाला क्लॅरिसा हे पात्र बाहेरच्या

अंगाने दिसते. क्लॅरिसाच्या मनोभावनातून ती अंतरंगाने दिसते. त्यापेक्षा वेगळी पण सुसंबद्ध अशी व्यक्तीची मनोवस्था व व्यक्तीचे बाह्य जगाला जाणवणारे व्यक्तिमत्त्व यांच्यातील संगती फार ताकदीने वुल्फ मांडतात. त्याचबरोबर बाह्य जगाला दिसणारा माणूस हा त्याच्या अंतरंगाची कल्पना आल्याखेरीज पूर्णपणे समजूच शकत नाही ही जाणीव मनोविश्लेषणातून दृढ होते.

म्हणजे कादंबरीतील पात्रांचे मनोभाव हे त्यांच्याच बाजूने मांडायला हवेत. लेखकाने समालोचक बनून ते सांगण्यात मनोविश्लेषण मागे पडते. ते केवळ पुष्टिदायक मनोविश्लेषणाचा आभास निर्माण करणारे कुचकामी लेखन-तंत्र बनते. सासण्यांच्या कादंबऱ्यांत नेमके हेच दिसते. जी. ए. कुलकर्णी त्यांच्या कथेमध्ये बऱ्याच प्रमाणात पात्राच्या आंतरबाजूने त्याची मनोवस्था मांडतात. मग ती सीताक्का असो वा तानीमावशी. सासणे यांच्यावर जी. एं. च्या लेखनाचा प्रभाव आहे असे वाटते, पण जी. एं. च्या तंत्रापासून ते फार दूर आहेत असे दिसते. उदाहरणार्थ 'दूर तेथे दूर तेव्हा' मध्ये गोपू आणि रजिया यांच्या एकमेकांबाबतच्या मनोवस्था सासणे कोणत्या तंत्राने चित्रित करतात त्याचा एक नमुना असा :

'मेणबत्तीचा प्रकाश त्याच्या आणि नारायणच्या मध्ये नाचू लागला, थरथरू लागला आणि त्याच्या चेहऱ्यावरचे बैचेन भाव नारायणला जरा अस्वस्थ करू लागले. काय करणार?... आपल्यासाठी ठीक आहे. पण वीज नाही अशी परिस्थिती इतरांना अवघड वाटते आणि हे लोक इथं राहायला येतात, मॅनेजर म्हणून त्यांना आपल्याला सांभाळावं लागतं, कसली नोकरी ही?... तो गोपूकडे पाहत राहिला, न बोलता. तोच दार ढकलून रजिया चहा घेऊन आली... तिने सावकाशीने ट्रे टीपॉयवर ठेवला आणि हळूच एक कप तिने गोपूला दिला. कसलंसं अगम्य स्मित तिच्या ओठांच्या भोवती स्पर्शून गेलेलं नारायणने पाहिलं. गोपू तिच्याकडे पाहत राहिला, न हालता, न बोलता, न डुलता, जणू संमोहित. तिची नजर प्रखर प्रखर होत गेली. जणू ती त्याला नजरेने पिऊन टाकते आहे! इथं काहीतरी अनिर्वचनीय न सांगता येण्याजोगं असं काहीतरी घडतं आहे, धूसर, असं नारायणला वाटलं, पण इतकंच त्याला वाटलं. आपला हा काही भास असेल, किंवा आपली कल्पना.'

यात नारायणबाबत सुरुवातीला लेखक-निवेदकच टिपणी करतो. 'त्याच्या चेहऱ्यावरचे बेचैन भाव नारायणला अस्वस्थ करू लागले,' अशा विधानाने नंतर

गेस्ट हाऊसवरची वीज नसण्याची परिस्थिती लोकांची गैरसोय करते यासारखे विचार नारायणच्या मनात येतात. नंतर गोपू व रजिया आत आल्याचे तटस्थ निवेदन येते. मग ते दोघे परस्परांकडे पाहतात तेव्हा त्यांच्या मनात काय असावे याचा अंदाज नारायण करतो. परंतु त्या पात्रांचे मनोविश्लेषण त्यांच्याच बाजूने केले जात नाही. मग पुन्हा नारायणला ते सर्व 'धूसर' वाटण्याचे विधान येते. नारायणचे हे वाटणे त्याची मनोवस्था मांडून वाचकाला प्रतीत करून देण्याचे कष्ट लेखक घेत नाही. व्यक्तीच्या तात्कालिक प्रतिक्रियांची नोंद म्हणजे त्यांची मानसिक अवस्था नव्हे हे येथे लक्षात घ्यायला हवे. मुख्य म्हणजे बाह्य वास्तवाला प्रतिक्रिया देणे एवढेच मनाचे काम नाही. मानसिक प्रक्रिया या स्वतंत्रपणे येतात. त्या प्रक्रिया व बाह्यवास्तवाचे कलापूर्ण संबंध चांगला साहित्यिक दाखवत जातो.

'राहीच्या स्वप्नांचा उलगडा' या कादंबरिकेतला हा एक दुसरा नमुना :

'त्याच्या आवाजात तिला जरा वेगळं जाणवलं. ती थोडी अस्वस्थही झाली. पण पुन्हा स्वप्नवृत्तान्तात रमली. तिला ते सांगणं गरजेचं वाटायला लागलं. तिनं स्वतःला सांगितलं पुन्हा, की जो तो या घरात आपल्याला काही सांगू पाहतो आहे. जणू ते सगळे किती दिवसांचे बंदिवासाचे आणि एकान्तवासाचे कैदी आहेत आणि आपण जणू काही आशेच्या दूत आहोत. पण आपलं कोण ऐकणार आहे? आपली ही कैफियत आहे. हकिकत आहे. व्यथा आहे. दुःख आहे. आपलाही शोध आहे काही. काही न्यायाची अपेक्षा आहे. म्हणून सांगावं. न जाणो, त्यातून काही मार्ग निघेल.
तिनं उठून गोल चक्कर मारली. दिवाणखान्यातच डॉक्टरांची नजर तिच्यावर खिळलेली. तिला तिच्या लढाईबद्दल सांगावंसं वाटलं. काही सन्मान प्राप्त करायचे आहेत हे सांगावंसं वाटलं. वाटलं, की या आंतरिक कथनाशी इथला संबंध आहे, हे सांगावं. काय ओढतं आहे मला? काय बोलावंतय? काय घेऊन आलं मला इथं? वहीचा शोध केवळ? की आणखी काही दुसरं आंतरिक असं? स्वतःचा शोध? दुःखाचा शोध? काय आहे स्वप्नांचा उलगडा?' (पृ. ७१)

यात सुरुवातीला राहीच्या मनातले तरंग तिच्याच दृष्टिकोनातून येतात. अर्थात हे विचार आहेत, मनात उठणारे भावतरंग नाहीत. 'आपलाही शोध आहे काही' सारखी वाक्ये मनोप्रेरणेने मनामध्ये उमटणारी गोष्ट नसून बौद्धिक कैफियत

या स्वरूपाची आहेत. नंतर डॉक्टरांबाबत लेखक काही सूचक टिप्पणी करतो. त्याचा आणि पुन्हा राहीच्या मनात येणाऱ्या गोष्टीचा पूरक असा संबंध नाही. डॉक्टरांना आपल्या मनातले भाव सांगावेत असे राहीला वाटते. मनाला अचानक काय वाटेल याला तर्कशुद्ध कारणे नसली तरी कादंबरी लेखनात बाह्य वास्तवाचे पदर हे मानसिक आंदोलनांशी समांतर किंवा विरोधी या नातेसंबंधाने जोडावे लागतात. कादंबरीची थीम त्याविना स्पष्ट होत नाही. पात्राच्या व्यक्तिरेखेलाही त्याविना खोली येत नाही. 'स्वतःचा शोध' आणि 'वहीचा शोध' यातील राहीच्या मनाच्या दृष्टीने संबंध जोडणे इथे आवश्यक होते. पण ते होत नाही. वहीचा शोध—स्वतःचा शोध—दुःखाचा शोध—स्वप्नांचा उलगडा ही साखळी वाचकाच्या मनात निवेदनातून राहीच्या मनोविश्लेषणातून प्रस्थापित होणे शक्य होते. पण इथे तसे न होता ती केवळ लेखक सांगतो म्हणून खरी मानावी लागते. आपल्या कथेत किंवा कादंबरीत कथा किंवा कादंबरीचे शीर्षक कुठेतरी आणण्याचा अनावश्यक जुना प्रघात सासणे शेवटच्या वाक्यात साधतात इतकेच.

व्हर्जिनिया वुल्फ यांनी कथेची कादंबरी करताना केलेले बदल लक्षणीय आहेत. कथेला असणारी बाह्य जगावरची थीम ही गौण बनवून, त्यावर पात्राच्या मनोव्यापारातून जीवन-मृत्यू, विवेक-अविवेक यांचे सत्याच्या संदर्भात होणारे दर्शन ही मुख्य थीम बनते. त्यानुसार नवीन पात्रांची योजना, पात्रांच्या प्राधान्यात बदल, कादंबरीचे सीन्स एकत्र बांधण्यासाठी काळाचा परीघ संकुचित करण्याचा निर्णय, बाह्य वास्तव व मनोवास्तव यातील संबंध जोडत जाणारे कथन अशा अनेक गोष्टी कादंबरीत नव्याने येतात. यातून कादंबरीची संरचना, भाषा यातही बदल होतात.

स्वसमीक्षेने वुल्फ यांनी केलेले पुनर्लेखन ही महत्त्वाची गोष्ट नजरेत भरते. कलाकृतीचा जन्म हा नेहमी उत्स्फूर्त व योगायोगाचा, अहेतुक असा नसतो. कादंबरी लेखन हे बांधकाम कलेसारखे योजनाबद्ध असते. वुल्फ यांचे पुनर्लेखन हे केवळ किरकोळ बदलाचे, भाषेच्या फुलोऱ्यासाठीचे नाही. कथेची कादंबरी केवळ घटना वाढवून व त्याद्वारे लांबी वाढवून झालेली नाही. त्यामागे चिंतन आहे. प्रतिभेचे कष्ट आहेत. स्वतःच स्वतःच्या कलाकृतीची समीक्षा करून तिच्यात बदल घडविण्याची कृती साहित्यिकाने केल्याची अनेक उदाहरणे श्रेष्ठ साहित्य कलाकृतींमध्ये मिळतात. केवळ टप्प्याटप्प्यानेही लेखन करून दीर्घ काळ घेणे आणि चिकित्सक दृष्टीने आपण लिहिलेल्या गोष्टीचे पुनरावलोकन करीत अंतिम साहित्यकृती जन्मास घालण्यास दीर्घ काळ घेणे यात गुणात्मक फरक

आहे. सासण्यांनी असे पुनर्लेखन केले किंवा नाही हे माहीत नाही. पण त्यांच्या सर्वच कादंबरिकांवर चिकित्सक दृष्टीने पुनर्लेखनाचे प्रयत्न झाल्यास चांगल्या कादंबऱ्या निर्माण होतील अशी शक्यता दिसते. श्रेष्ठ साहित्यनिर्मितीला आवश्यक असणारा हा प्रतिभेचा दमदारपणा लेखकाने कमवायला हवा. नेमाड्यांची 'हिंदू' पूर्ण होण्यास पंधरा वर्षांहून अधिक काळ गेला यामागे स्वत: केलेल्या पुनरावलोकनाच्या आधारे केलेले पुनर्लेखन हे कारण असण्याची शक्यता आहे. सासण्यांनी 'दुश्चिन्ह आणि चाफ्याचे फूल' या कादंबरिकेचे व्यावहारिक कारणासाठी नाट्यरूपांतर करण्याऐवजी निर्मितीच्या आनंदासाठी तिचे कादंबरी म्हणून पुनर्लेखन केले असते तर कदाचित एक चांगली कादंबरी तयार झाली असती.

-o-o-o-

. ९ .

कादंबरी लेखन : व्यवसाय व भोवताल

कादंबरी लेखन आणि ते प्रकाशित होण्याचा योग या गोष्टी बाहेरच्या परिस्थितीवर, विशेषत: सामाजिक, आर्थिक परिस्थितीवर अवलंबून असतात. कादंबरी खपाची खात्री असली, निदान दाट शक्यता असली तरच प्रकाशक कादंबरी छापतात. धार्मिक वाङ्मय, पाकशास्त्र, लोकप्रिय साहित्य, शैक्षणिक क्षेत्रात उपयोगी पडणारी पुस्तके यांचे प्रकाशन नित्य-नियमाने होत असते. त्यांच्या लेखकाला फारशी किंमत नसते. हमखास वाचकवर्ग मिळण्याची प्रकाशकाला खात्री असते. साहित्याचे तसे नाही. कादंबरीचे तर तसे मुळीच नाही. सुमारे दहा कोटी मराठी भाषकांमध्ये कोणत्याही कादंबरीच्या ११०० प्रतींपेक्षा जास्त प्रतींची प्रथमावृत्ती सहसा प्रकाशक काढत नाहीत. या सर्व प्रती खपायला दोन तीन वर्षे जातात. म्हणजे साधारण ९१ हजार मराठी भाषकांमध्ये दोन तीन वर्षांत एक प्रत खपते. अपवादात्मक काही कादंबऱ्यांच्या आठ दहा आवृत्या दहा वीस वर्षांत निघतात. यातील लोकसंख्या बदलाचे व वाढीचे प्रमाण क्षणभर दूर ठेवले तरी साधारणपणे या अपवादात्मक कादंबऱ्यांचा खप फार तर २३ ते २५ हजार मराठी भाषकांमागे एक एवढाच पडतो. भाषक आणि वाचक हा फरक जमेस धरला किंवा एका आवृत्तीला लाभणारे वाचक यांचा विचार केला तरी हे प्रमाण फारसे किफायतशीर असणार नाही. उलट विचार करू. प्रत्येक आवृत्तीला सुमारे २५ वाचक धरले तरी एका वर्षात कोणत्याही कादंबरीचे २७५०० पेक्षा जास्त वाचक संभवत नाहीत. या आकडे मोडीतून कादंबरीच्या प्रसाराप्रमाणेच कादंबरी प्रकाशित होण्याच्या मर्यादेची व्यावहारिक कारणे स्पष्ट होतात.

यावरून हेही स्पष्ट व्हावे की अप्रकाशित कादंबऱ्यांची संख्या मोठी असण्याचा संभव आहे. तसेच कादंबरी-लेखनाची ऊर्मी दाबली जाण्याचाही संभव आहे. अप्रकाशित कादंबऱ्या या केवळ कमी गुणवत्तेमुळे अप्रकाशित राहतात असे म्हणता येणार नाही. कारण प्रकाशनाची पहिली संधी मिळाली,

कादंबरीकाराला थोडी प्रतिष्ठा मिळाली की त्याच्या पुढच्या लेखनाच्या गुणवत्तेकडे थोडे दुर्लक्ष होते. नाव व प्रतिष्ठा या गोष्टींवर प्रकाशक कादंबरीचे हस्तलिखित जोखतात. त्यामुळे नवीन कादंबरीकाराच्या लेखनाचा प्रकाशित कादंबऱ्यांत शिरकाव होणे जिकिरीचेच असते.

वृत्तपत्रीय समीक्षा व प्रकाशन समारंभ किंवा नाममात्र चर्चासत्रे आयोजित करून त्यांची पुन्हा वृत्तपत्रात बातमी देऊन प्रकाशक किंवा कधी स्वत: लेखक कादंबरीचे मार्केटिंग करण्याचा प्रयत्न करतात. पण सर्वसाधारणपणे त्याचा फारसा उपयोग होताना दिसत नाही.

वर्तमानपत्रे, मासिके वाचणारा वाचक कादंबरीकडे वळेल असेही नाही. या जास्त खपाच्या लिखित माध्यमातून कादंबरी हा आकृतीबंध येणेही अशक्य असते. मासिकातून थोड्याफार प्रमाणात ते शक्य झाले तरी मराठी मासिकांची आजची अवस्था आर्थिकदृष्ट्या शोचनीयच आहे. त्यामुळे कादंबरी प्रकाशनाचा तो मार्गही बंद होतो. कथा आणि कविता यापेक्षा कादंबरी-लेखन यशस्वीपणे करणे हे आर्थिकदृष्ट्या अवघड आहे.

सासण्यांच्या कादंबऱ्यांचे बदलते प्रकाशक पाहिले की जशी त्यातून कादंबरी लेखन या व्यवसायातली अस्थिरता प्रत्ययास येते तशी या अस्थिरतेतून मराठी कादंबरी-लेखनाची उडी जास्तीत जास्त कोठपर्यंत जाईल याचीही कल्पना येते.

केवळ साहित्यलेखन हेच उपजीविकेचे साधन करणे अद्यापही मराठी साहित्य व्यवहारात शक्य नाही. साहित्यलेखन हा मराठीत पेशा होऊ शकत नाही. कादंबरी लेखनाची तयारी, त्यासाठीचे कष्ट, त्यासाठीचा अभ्यास या गोष्टी साहित्य-लेखन पेशा असता तर जास्त संभवनीय होत्या. पोटासाठी इतर व्यवसाय व कादंबरी लेखन हा अनुषांगिक भाग असेच चित्र बव्हंशी दिसते. त्यातही पोटासाठीचा पेशा हा बाजार व स्पर्धा या प्रचंड पिळवटून टाकणाऱ्या गोष्टींशी संबंधित नसला तरच त्यात लेखनासाठी उसंत मिळू शकते. मराठी कादंबरीकार हे म्हणूनच शिक्षण क्षेत्र, जनसपर्क साधनांचे क्षेत्र किंवा शासकीय सेवा क्षेत्र या उसंत मिळू शकणाऱ्या क्षेत्रातूनच येताना दिसतात. हॉटेल व्यावसायिक, दुकानदार, दलाल, अडता, विक्रेता, स्थापत्यविशारद, वैद्यकीय व्यवसायातील सर्जन, शेअर-ब्रोकर, बांधकाम व्यावसायिक, लघु-उद्योजक, सॉफ्टवेअर इंजिनिअर, पोलीस, संरक्षण दलातील सेवक, रिक्षा वा अन्य सार्वजनिक वाहन चालक, पुजारी, राजकीय कार्यकर्ता, शेतकरी, शेतमजूर, गुन्हेगार एवढेच नव्हे तर

गायक, वादक, नट, नर्तक यासारखे कलाकार हे कादंबरी-लेखन करताना आढळत नाहीत. लेखनच काय, कादंबरी वाचनातही त्यांचा सहभाग अत्यल्प असतो. 'We have no time to stand and stare.' असे म्हणणाऱ्या वर्डसवर्थला (We) मध्ये कवितेचे वाचक फक्त अभिप्रेत असावेत. इतरांना stand and stare करण्यासाठी रिकामी उसंत खरेचंच नसते.

कादंबरी लेखनासाठी केवळ प्रतिभा पुरेशी नसते—अर्थात श्रेष्ठ कादंबरीला प्रतिभा ही असावीच लागते. प्रतिभेखरीज अभ्यासाची गरज असते. आशय हा साहित्याच्या केन्द्रस्थानी असतो. याकोबसन आशयाला 'संदेश' असेही म्हणतो. त्याच्या मते आशय केन्द्रस्थानी असेल तर काव्यत्व हे भाषेचे प्रमुख कार्य होते. साहित्यात काव्यात्मकतेचे कार्य हेच प्रमुख असल्याने जे सांगायचे आहे ते म्हणजे आशय हा भाषाघटक महत्त्वाचा असतो. मात्र कादंबरीमधे भाषेच्या आशयाइतकाच भाषेच्या संदर्भाचा घटक महत्त्वाचा असतो. या संदर्भावर जेव्हा लक्ष्य केंद्रित होते तेव्हा भाषेचे निर्देश करण्याचे कार्य उठावाने दिसते. निर्देश म्हणजे बाह्य जगाशी, बाह्य वास्तवाशी भाषेचे असलेले संबंध. काव्यात्मकता आणि साहित्यनिर्मित वास्तव ही दोन कार्ये कादंबरीत प्राधान्याने व्हावी लागतात.

साहित्यिक साहित्यनिर्मित वास्तवाची उभारणी त्याच्या स्वतःच्या भोवतालच्या वास्तवाच्या अवलोकनातून परिशीलनातून करू शकतो. इंग्रजी वाङ्मयातील वास्तववाद हा काव्यात्मकतेइतकेच साहित्याच्या वास्तव निर्देशन करण्याच्या कार्याकडे लक्ष देणारा होता. मनोविश्लेषणात्मक कादंबरीने वास्तवाचे चित्रण मानसिक प्रक्रियांच्या अंगाने घडविले एवढाच फरक. पण म्हणजे बाह्य जगाशी नाळ जोडणे कादंबरीत अपरिहार्य आहे. कादंबरीकाराला बाह्य जगाच्या विविध व अंतस्तरावर गहन असणाऱ्या पैलूंचे ज्ञान असावे लागते. विद्वत्ता नसली तरी ज्ञान लागतेच. 'पानीपत' लिहिताना विश्वास पाटलांना ऐतिहासिक साधनांचा धांडोळा घेणे आवश्यकच होते. तो घेतल्यानेच 'पानीपत'ला अचूक निर्देशन कार्य करता आले. नव-पुरातत्त्वशास्त्राचे ज्ञान अधिक खोलवर जाऊन घेतले असते तर नेमाड्यांना 'हिंदू' मध्ये प्राचीन समाज जीवनाची पुनर्रचना अधिक विश्वासार्ह करता आली असती. कोकणच्या निसर्गाच्या नेमक्या व बहुपदरी अवलोकनाने श्री. ना. पेंडशांच्या थीमच्या दृष्टीने केवळ लैंगिक संबंधांवर आधारलेल्या व इतर सामाजिक चलन-वलनाकडे दुर्लक्ष करणाऱ्या कादंबऱ्या निर्देशन-कार्याच्या ताकदीवर चांगल्या साहित्यात आल्या. जी. ए. कुलकर्ण्यांच्या कथा काय किंवा पेंडशांच्या कादंबऱ्या काय मराठी साहित्यात उत्कृष्ट निर्देशन कार्य असणाऱ्या कथा-

कादंबऱ्या म्हणून राहतील. गंमत अशी की जी. ए. व पेंडसे अनुक्रमे धारवाड व कोकणचा संदर्भ नसणारे लेखन जेव्हा करतात तेव्हा निर्देशन कार्य क्षीण झाल्याने (आणि काव्यात्मकता एरवीही साधारण दर्जाची असल्याने) ते लेखन फसते.

सासणे हे व्यवसायाने शासकीय अधिकारी आहेत. त्यांच्या भोवतालचे वास्तव हे शासन-व्यवस्थेचे. या व्यवस्थेतील विविध श्रेणी, या व्यवस्थेतील म्हटले तर शैथिल्य म्हटले तर त्वरेने कार्य करण्याची संधी, या व्यवस्थेचे वरिष्ठ अधिकारी, मंत्री यांच्याशी असणारे संबंध, या व्यवस्थेकडे ज्यांच्यासाठी ती आहे त्या जनतेचा पाहण्याचा दृष्टिकोन, तिच्या अपेक्षा, तिचा भ्रमनिरास, तिचा उद्वेग, या व्यवस्थेतील सुष्ट व भ्रष्ट आचार यातला विरोध, या व्यवस्थेत भेटणारी व्यवस्थेतील माणसे व व्यवस्थेबाहेरची माणसे हे सासण्यांच्या भोवतालच्या वास्तवाचे संश्लिष्ट पैलू आहेत. 'दूर तेथे दूर तेव्हा' मधला सरकारी रेस्ट हाऊसचा व्यवस्थापक नारायण आणि 'दोन मित्र' मधील दंग्याच्या निमित्ताने येणारे पोलीस कमिशनर, 'राहीच्या स्वप्नांचा उलगडा' मधील संस्थानचा ट्रस्ट व देवस्थानच्या सभा एवढेच काय ते सासण्यांच्या भोवतालाशी परिचित असे कादंबरीतील वास्तव. पण 'नारायण'चा अपवाद सोडला तर या वास्तविकांना कादंबरीच्या निर्देशन-कार्यात गौणत्व दिले आहे. 'नारायण' च्या बाबतीतही सरकारी व्यवस्थेचे वास्तव थीमपासून दूरच ठेवण्यात आले आहे. म्हणजे ज्या बाह्यवास्तवाशी सासण्यांचा दैनंदिन संबंध येतो त्याचा निर्देश करणाऱ्या अशा सासण्यांच्या कादंबऱ्या नाहीत.

लेखकाच्या स्वतःच्या वास्तवाचा निर्देश कादंबरीत झाला पाहिजे असे नव्हे. किंबहुना लेखकाच्या वैयक्तिक जीवनाचा साहित्याशी संबंध नसतो. साहित्यातून काहीतरी सांगण्याचा लेखकाचा हेतू नसतो, असा पवित्रा घेणारा लेखक-समीक्षकांचा एक मोठा वर्ग विसाव्या शतकाच्या पूर्वार्धात इंग्रजीत प्रबळ होता. ते वारे मराठीत १९५० च्या पुढे आले. पण साहित्यकृती व लेखकाचे जीवन यात थेट संबंध नसतो / नसावा हे मानले तरी लेखकाच्या भोवतालचा त्याच्यावर व पर्यायाने त्याच्या साहित्यावर शून्य परिणाम होतो ही भूमिकाही तितकीच टोकाची आहे. आम्ही भोगलेले जीवन इतके विदारक वास्तव आहे की त्याची कल्पना इतरांना येणारच नाही आणि म्हणून आमच्या आत्मकथनात्मक लेखनाला साहित्याच्या फूटपट्ट्या लावून मोजू नका हा दलित लेखकांचा पवित्रा याच्या नेमका विरुद्ध आहे. त्यातले तथ्य स्वीकारले / स्वीकारावे असे म्हटले तरी जे जे भोगले ते सर्व लिहिले हा दावाही टोकाचाच आहे. सासण्यांनी शासकीय कर्मचाऱ्यांवर, शासकीय

अधिकाऱ्यांना येणाऱ्या अनुभवावर कादंबऱ्या लिहाव्यात असे कोणी म्हणणार नाही. पण मग ज्या मनोवास्तवाचा ते आधार घेतात, त्याला विश्वासार्हता आणण्याची जबाबदारी, त्यासाठी आवश्यक असणारी तयारी लेखक म्हणून करायला हवी असा आग्रह योग्यच आहे.

उदाहरणार्थ 'दुश्चिन्ह आणि चाफ्याचे फूल' मध्ये शेखर शशिकांतशी भागी तोडणार असल्याचा संदर्भ येतो. हा कारखाना शेखरने उभा केलेला असा उल्लेख येतो. पण शेखरचे व शशिकांतचे आता मतभेद होत असल्याने भागी तोडावी हा शेखरचा विचार. अरुंधतीने शशिकांतला फोन केल्यावर त्याला भागी तोडण्याची इच्छा नाही. पण शेखर विचित्र वागतो, सारखा संशय घेतो असे तो म्हणतो. कारखाना या वास्तवाची एवढी कल्पना कादंबरीत मिळते. पण कारखान्यात काय तयार होते, शेखरने तो उभा केला म्हणजे काय केले, शेखर भागीदाराशी विचित्र वागतो, त्याचा संशय घेतो म्हणजे नेमके काय होते, कारखान्याचे तुकडे करायचे म्हणजे काय करायचे, नाडकर्णी हा व्यावसायिक स्पर्धक कसा हे प्रश्न अनुत्तरित राहतात. व्यवसायात भागीदारी का व कशी होते, एकाच व्यवसायातील माणसांचे बंधुत्व वा शत्रुत्व कोणत्या गोष्टींमुळे घडते, भांडवल, उत्पादन, विक्री, नफा-तोटा या बाबतीतील भागीदारांची जबाबदारी काय इत्यादी गोष्टीतील तपशिलांची लेखकाला जाण आहे असे दिसत नाही. एरवी घरीच राहणारी अरुंधती अचानक कारखान्यात जाऊन पॅकिंग सेक्शनमध्ये काम करू शकते, अकांउटस् तपासू शकते इतकी सोपी कारखानदारी आहे का असेही वाचकाला वाटणे अशक्य नाही. पण या सर्वच गोष्टी अधांतरी ठेवण्यात लेखकाचे संबंधित क्षेत्रातले ज्ञान पुरेसे नाही हे उघड होते.

मुळात उच्च आर्थिक स्तरावरील व्यक्तीचे जीवन ही एक गोष्ट आणि सकारात्मक दृष्टिकोनाची थीम, माणसाच्या चांगुलपणावरचा विश्वास, गूढगम्य गोष्टींचे आकर्षण, पात्रांची मानसिक स्पंदने टिपण्याची हौस आणि ही मनेही तशी स्वच्छ, नितळ, सरळ मार्गी या गोष्टी यांच्यात काय प्रकारचे संबंध आहेत? या थीम्समागे काही तात्त्विक बैठक आहे हे त्या थीम्सच्या विस्तार-अभावातूनच नाकारले जाते. माणसाच्या बाह्यस्तरावरच्या चांगुलपणाच्या गोष्टी ऐहिक संपन्नतेने आत्ममग्न असणाऱ्या मनाला सुचतात. जीवनाची काळोखी, थरकाप उडवणारी अभद्र बाजू अशा मनाला भयभीत करते. या भीतीवरचा तात्कालिक उपाय म्हणजे काल्पनिक आदर्शांची रिझवणारी स्वप्ने पाहणे. मग ही स्वप्ने आत्ममग्न राजकारणी समता, बंधुभाव, स्वातंत्र्य या समाजवादी विचारसरणीत पाहतो,

आत्ममग्न शिक्षणतज्ज्ञ अल्पजीवी संस्कारांच्या शाश्वततेमध्ये पाहतो तर असा साहित्यिक वर्तनातील चांगुलपणाला साहित्यातली महत्ता प्राप्त होण्यात पाहतो. कांदबरीच्या निर्देशन-कार्याला या स्वप्नवृत्तीमुळे फाटा मिळतो.

तत्त्वज्ञानी आणि साहित्यिक यात बरेच साम्य असते. अल्बर्ट कामू म्हणतो त्याप्रमाणे तत्त्वज्ञानी जसा अनेक तत्त्वज्ञान-प्रणाली निर्माण करू शकत नाही तसा साहित्यिकही प्रत्येक कलाकृतीत वेगळे असे काही मांडू शकत नाही. साहित्यिकाच्या सर्व कलाकृतीत त्याला जाणवणारे असे काही एकच दिसते व असते. साहित्यिकाच्या विविध कलाकृती या हिऱ्याला पाडलेल्या पैलूंसारख्या असतात. त्या सर्वांतून फाकणारे तेज एकच असते. पण ते तेज बंदिस्त नसते. साहित्यिकाचा अनुभव, त्याला जग किंवा जीवनाविषयी वाटणारे काही हा तत्त्वज्ञानासारखा एक व्यापक विचारच असतो. तो इतका व्यापक व सर्वंकष असतो की एका कलाकृतीतून तो कधीच पूर्णांशाने व्यक्त होत नाही. म्हणूनच साहित्यिक पुन्हा पुन्हा लिहितो. पण या पुन्हा पुन्हा लिहिण्यामागे स्वतःचा दृष्टिकोन, स्वतःचे तत्त्वज्ञान व्यक्त करण्याचा प्रयत्न नसेल तर हे पुन्हा पुन्हा केलेले लेखन किंवा साहित्यिकाच्या विविध कलाकृती या केवळ फोलपट अभिव्यक्ती होतात; त्या अभिव्यक्तीला बाह्यांगाने नटवून कलात्मकता आणण्याचे कृत्रिम प्रयत्न होतात; केवळ वेगळी अभिव्यक्ती असण्यात विचाराचा, जीवनविषयक दृष्टिकोन नसण्याचा इशारा असतो.

कादंबरीकाराला तत्त्वज्ञान असणे म्हणजे त्याला स्वतःचे असे एक खास जग निर्माण करता येणे किंवा स्वतःला जाणवलेल्या अफाट, अथांग जगाला सीमा घालता येणे. कलाकृतीला ही बौद्धिकता आवश्यक असते. कादंबरीला साहित्यिकाच्या तत्त्वदृष्टीची नितान्त गरज असल्यामुळे आणि ही तत्त्वदृष्टी कादंबरीत निर्माण केलेल्या वास्तवातून प्रतीत होत असल्यामुळे 'कादंबरी-लेखन' हे काव्य लेखन आणि कथा लेखन यापेक्षा जास्त बौद्धिक असते आणि वाचकाला त्या वास्तवाची मोहिनी कवितेतील विचार किंवा भाव, कथेतील अल्पजीवी व मर्यादित वास्तव व सीमित विचार यापेक्षा जास्त पडते. म्हणून लोकप्रियता आणि वाचकाच्या विचारक्षमतेवर होणारा परिणाम या दोन्ही बाजूंनी कादंबरी कविता आणि कथा यांना मागे टाकते.

सासण्यांच्या कादंबरीत मिळणारी दृष्टी, सासण्यांच्या कादंबऱ्यांत निर्माण होणारे वास्तव हे कथेप्रमाणे अल्पजीवी व मर्यादित आहे. वाचकाच्या बुद्धीला मोह पडणारी तत्त्वदृष्टी त्यातून प्रतीत होत नाही. धूसरपणा, गूढगम्य गोष्टी,

स्वप्नवत् वास्तव निर्माण करण्याचा सततचा प्रयत्न या ही वैचारिक त्रुटी झाकण्याचा प्रयत्न म्हणून तरी येतात किंवा केवळ अभिव्यक्तीला साज चढविण्याचा कृत्रिम प्रयत्न म्हणून येतात. कादंबरीची कलाकृती म्हणून असणारी संश्लिष्ट वैचारिक मागणी पुरवता न आल्याने त्यांच्या सर्वच कादंबऱ्या कादंबरिका अशा सीमित विस्ताराच्या आहेत.

शासकीय व्यवस्थेचे वास्तव तात्त्विक-प्रणाली निर्माण करण्यासाठी कितीतरी पूरक आहे. माणसांनी निर्माण केलेल्या शासन या व्यवस्थेत माणसाचाच विसर का पडतो, कागदावर उतरविलेल्या योजना, वचननामे हे प्रशासनातील माणसे कशी निरर्थक करतात, या व्यवस्थेची सामाजिक कल्याणाची घोषित उद्दिष्टे आणि पिचणाऱ्या माणसांच्या शोकात्म कथा यातील उपरोध कसा व का निर्माण होतो, माणसांच्या आर्थिक व सांस्कृतिक वर्तनाविषयी बांधलेले आडाखे व प्रत्यक्ष परिस्थिती यात तफावत का व कशी पडते, केवळ ऐहिक कल्याणावर भर दिल्याने समाज मनाची परवड कशी होते, लाचारी व मग्रूरी या सत्तेच्याच दोन अवस्था कशा असतात अशा कितीतरी प्रश्नांना भिडणारे तत्त्वज्ञान सासण्यांच्या भोवतालातून, त्यांना येणाऱ्या अनुभवातून निर्माण होणे शक्य होते. पण त्यांच्या कादंबऱ्यांतून काय मिळते, तर चांगुलपणाचा व सद्वर्तनाचा संदेश. संदेश देण्याची अंधुकशी जाणीव जरी उत्पन्न झाली तरी कलाकृतीला हिणकसपणा येऊ लागतो—साहित्यात तर हा धोका सततचा असतो. जाणूनबुजून प्रेमावर लिहिलेली कादंबरी ही अनैतिक असते, असे डी. एच. लॉरेन्स हे इंग्रजी कादंबरीकार म्हणतात ते याच भूमिकेतून. संदेश देण्याची शक्यताच नसणारी आणि म्हणूनच इतर कलांपेक्षा जास्त शुद्ध, जास्त प्रामाणिक असणारी एकमेव कला म्हणजे संगीत.

स्वत:च्या वास्तवाला मर्यादित ठेवून साहित्यनिर्मितीसाठीचे जग निर्माण करता येण्याचा दुसरा पर्याय सासण्यांना होता. सासण्यांचा कल याकडे दिसतो. माणसांच्या अंतरंगाचा एक भाग निर्माण करण्याचा प्रयत्न ते सर्वच कादंबऱ्यांत करताना दिसतात. पण यासाठीही विस्तृत वैचारिक पटल असणे आवश्यक होते. माणसाचा परिचय गोष्टी किंवा घटनांतून करून घेण्यापेक्षा त्याच्या अंतर्मनातून बाह्य वास्तव निरखण्याची बौद्धिक ताकद साहित्यिकाला लागते. एमिल झोला (१८४०-१९०२) या फ्रेंच कादंबरीकाराच्या साहित्यात, ब्रेश्त या जर्मन नाटककाराच्या नाटकात आणि डब्ल्यू. एच. ऑडेन या इंग्रजी कवीच्या कवितेमध्ये ती दिसते. उदाहरणार्थ, एमिल झोला माणसाच्या स्वभावाची पाळेमुळे वंशपरंपरा

व परिस्थिती यात शोधतात. दुसरे उदाहरण ऑडेनचे. समलिंगी संभोगाचा आनंद व त्याच्या यातना जन्मभर अनुभवणाऱ्या ऑडेनने प्रेम, भावनिक ओढ याबाबत एक वेगळेच जग कवितेपुरते निर्माण करून स्वत:च्या अनुभवाची सावली त्यावर पडू दिली नाही. याला अप्रामाणिकपणा किंवा ढोंग असे कोणी सनातनी नीतिवादी म्हणतील—नीतिशास्त्र हे व्यावहारिक असल्याने नीतिशास्त्रदृष्ट्या कदाचित ते बरोबरही असेल. पण साहित्यातील जीवनदृष्टी आणि तत्त्वज्ञानातील तत्त्वप्रणाली या व्यावहारिक नीतिवादाच्या पलीकडे जाणाऱ्या गोष्टी आहेत.

'दूर तेथे दूर तेव्हा' मध्ये कुलकर्णी हा उषाला रेस्टहाऊसवर घेऊन येतो. पण शरीरसुख घेण्यात तो अपयशी ठरतो. गोपू हा फेपरे येणारा मुलगा रजियाच्या चाळ्याने तिच्या अंगलट येण्याचा प्रयत्न करतो व त्यात नारायणचा मार खातो कामुक वासनेची ही दोन रूपे सासणे मांडतात. त्यापैकी गोपूबाबतचे वर्णन असे:

'रजिया कोपऱ्यात उभी, थरथरतेय. अस्ताव्यस्त. उरोज झाकण्याचा प्रयत्न करीत नाही, ओरडतेय. नारायणने पाहिलं, गोपू तिच्याशी झटतो आहे. अगदी जवळ उभा आहे, अंगावर पडू पाहतोय...

...गोपू धडपडला, उठला, उभा राहिला. नारायणने पाहिलं, त्याचे डोळे टक्क कोरे आहेत. चेहऱ्यावर कोणतेही जिवंत भाव नाहीत; चेहरा पांढरा. लाळ गळते आहे. एक संवेदनक्षम तरुण कवी मुलाचा हा चेहरा नाही. पँटची पुढची बटणं उघडी. सबंध शरीरभर कसलासा आक्रमक आविर्भाव, गोपूने नारायणकडे पाहिलंच नाही. त्याने रजियावर पुन्हा हल्ला केला. दोन्ही हात पुढे करून तो तिला पकडू पाहू लागला. ती भिंतीला लगटली, दबल्या आवाजात ओरडली.'

'सर्प' मध्ये सत्यभामाबाईंच्या डोळ्यांतील भावटणकरांबद्दलच्या तिरस्काराचे वर्णन आहे—त्यांनी नवऱ्याची कुरूपता कडवटपणानेच सोसली. जलसाबाईंची कामेच्छा लुप्त झाल्याचे निवेदन आहे, तर श्याम व पद्मादेवीच्या संबंधात पुन्हा पद्मादेवीच श्यामची वासना झिडकारते असा प्रसंग आहे:

'इथे कोणी नाही. या पडक्या देवळाच्या आडोशाला चंद्रप्रकाश आहे क्षीणसा आणि अंतरंगातून काहीतरी प्रकट होत आहे, अज्ञात असं. आणि अनामिक असं. अनोखं, विक्राळ आणि मोहमयी असं. श्याम त्या विचित्र अशा प्रकटण्याला आतल्या आत चाचपडू लागला. पण पद्मादेवीने थोडं तुच्छतेने

हसून, डाव्या पायाने त्याला दूर लोटलं, ढकललं आणि म्हटलं,

"थांब! एकदम असं करायचं नसतं!"

पण श्यामला समजलंच नाही. त्याचं अस्तित्व सगळं वासनामय होऊन गेलं. त्याला ऐकूच गेलं नाही. तोंड उघडं टाकून निर्जीव डोळ्यांनी अज्ञातात पाहत तो पुढे सरकू लागला. तसं तिने डाव्या हाताने त्याला थांबवलं, जरा ढकललं, पुन्हा. ती हसली थोडं, मग म्हणाली कुजबुजत्या जरबेनं,

"थांब येड्या! मी पाहिलं इथून जाताना तुझ्या वडिलांना!"

तिने तेवढ्यात पदर झाकला छातीवर.'

"राहीच्या स्वप्नांच्या उलगडा' मध्ये डॉक्टरांच्या डोळ्यांत राहीविषयीची विकारी भावना असण्याचे, भुयारात उतरताना त्यांची वासना चेकाळण्याचे वर्णन आहे:

'दोन बिनचेहऱ्याच्या प्रवृत्ती पुढं पुढं सरकताहेत. संथ-संथ-संथ-संथ. त्यांना काही ऐकू येत नाही. त्यांना काही कळत नाही. त्यांना काही काही समजत नाही. ते संमोहित जणू. ते कसल्याशा आदीम प्रेरणेच्या आधीन जणू. किंवा त्यांच्यावर काही अंमल आहे. प्रभाव आहे. सुखी माणूस आणि दुःखी माणूस. दुःखी माणूस आणि सुखी माणूस, एक एक पाऊल. एक एक पाऊल. तिच्या दिशेनं.'

'दोन मित्र' मध्ये चर्चच्या काळोखात जयमंगला व मकरंद हे लपून बसण्याचा वृत्तान्त जयमंगला रद्दीवाल्या काकाला देते. मकरंदची वासना बळावते. जयमंगला होकार, नकार काहीच न देता स्वस्थ बसते. यात तिने पाप न केल्याचे काकाने सांगितल्यावर ती सांगते:

"मी त्याला नको म्हटलं होतं! आणि म्हणून त्या रात्री रागावलाही होता! ...पण त्याला शरमल्यासारखं झालं, नंतर ...म्हणाला तो, सॉरी वगैरे असं!"

"बरं मग?"

"मी ते पाहिलं होतं. ते सीमेन का काय असतं ते, खाली सांडलेलं! ते बघितलं म्हणून पाप झालं का?"

'दुश्चिन्ह आणि चाफ्याचे फूल' मध्ये वासनेचे चित्रण नाही. प्रेमातील

अनिश्चिततेचे वर्णन आहे, प्रेमाचे सूचन आहे. माणसाच्या लैंगिक भुकेचे नैतिक संयमाच्या सीमेमध्ये सासणे वर्णन करतात. त्यातून कादंबरीत थोडा चटपटीतपणा येतो. पण लैंगिकतेमागचे मानवी मन, वास्तवातील अडथळ्यांना त्याने दिलेला प्रतिसाद, वासना आणि कृती यातील थेट संबंधाचा अभाव, वासनेतून निर्माण होऊ शकणारी मनाची घुसमट किंवा मनाची उन्नत अवस्था किंवा मनातील भीती अशा कुठल्याच गोष्टीचे दर्शन या घटनांमधून होत नाही. लैंगिकतेचे बाह्यवर्णन यापलीकडे सासणे जात नाहीत. कुलकर्णींची नाकामयाबता व उषेची अतृप्ती यामागील भाव भावनांचे नाट्य रंगवता आले असते. मकरंदच्या संभोगाविना होणाऱ्या स्खलनामागची लैंगिक उत्कटता किंवा असह्ययतेतून घडणारी तगमग दाखविणे शक्य होते; इतर कारणमीमांसेची कल्पनाही करता आली असती. पण सासणे घटनेमागचे मानसिक वास्तव उभेच करत नाहीत. याचे एक कारण प्रेम किंवा वासना याबाबत लेखकाला स्वत:ची अशी तात्त्विक दृष्टी नसणे हे असू शकते. बौद्धिक संपन्नतेखेरीज केलेले वासनेचे चित्रण वरवरचे वाटते ते असे.

-o-o-o-

. १० .

कालप्रवाह, कादंबरी लेखन आणि सासणे

१८५७ नंतर देशी भारतीयांच्या हातून सत्ता गेली. १८५७ पूर्वी सर्वसामान्य भारतीय सत्तेमध्ये होता असे नव्हे पण एकतंत्री राजेशाहीतील राजघराणी आणि त्यांची आज्ञा पालन करणारा किंवा त्यांना मार्गदर्शन करणारा वर्ग हा संख्येने छोटा असला तरी भारतीयच होता. १८५७ नंतर सत्ता हळूहळू ब्रिटिशांच्या— सांस्कृतिक व सामाजिक दृष्ट्या 'बाहेर'च्यांच्या—हाती गेली. सत्ताहीनता व सत्तेपुढे लीनता हा गुणविशेष तेथपासून भारतीय समाजाचा, भारतीय संस्कृतिचा अधिक घट्ट भाग बनला. अधिक घट्ट अशासाठी की तत्पूर्वीचे मुघल सत्ताधीशही 'बाहेर'चेच होते. त्यामुळे सत्ताहीनता व सत्तेपुढे लीनता ब्रिटिशांपूर्वीच रुजली होती. 'पाय धरिता न चले बळ' ही तुकारामांची उक्ती, गृहस्थाश्रमात माणसाने घ्यायच्या काळजीची रामदासांनी दिलेली उदाहरणे किंवा आधिभौतिक दु:खातील 'बाहेर'च्या सत्ताधीशांनी केलेल्या कृत्यांपुढची रामदास दाखवत असलेली हतबलता ही या भारतीय मानसिकतेचे दर्शन घडविणारी उदाहरणे. एकोणिसाव्या शतकाच्या अखेरीस ब्रिटिश शिक्षणातूनच पुन्हा सत्ता मिळवण्याची ऊर्मी शिक्षित भारतीयांमध्ये आली. या सत्तेचे स्वरूप, ती प्राप्त करण्याची बौद्धिक साधने, यांचाही उगम या शिक्षणात झाला. आपण ज्यांना 'स्वातंत्र्यवीर' म्हणतो ते सगळे या शिक्षणपद्धतीचा अनुभव घेतलेले होते; विशेषत: स्वातंत्र्य मागणाऱ्या चळवळीचे नेतृत्व हे या शिक्षणपद्धतीतून संस्कारित झालेल्या बुद्धिजीवींनीच केले. लिखित गोष्टींचे महत्त्व, त्यांचा प्रसार व त्यांचा वापर तेव्हापासूनच सुरू झाला. भारतीय भाषात खऱ्या अर्थाने लिखित वाङ्मय व नंतर कथा-कविता-कादंबरी- नाटक यासारखे साहित्य यांची सुरुवातही याच काळातील. लिखित साहित्याचा निर्माता व त्याचा उपभोक्ता हा ब्रिटिश शिक्षणाने संस्कारित असाच होता. मराठी भाषेचा लिखित वाङ्मयासाठी वापर हीच गोष्ट नवीन होती. या वापरासाठी मराठी नव्याने संस्कारित करावी लागली. पुढे काहींनी तिचा उपहास केला, तिला विशिष्ट वर्गाची बोली म्हटले

तरी ती काळाची आणि लेखन करणाऱ्यांची गरज होती. ब्रिटिश सत्तेने आणि शिक्षणाने सामाजिक संरचनेतही नकळत पण निश्चितपणे बदल झाला. समाजाच्या जुन्या वर्णव्यवस्थेला जुन्या संरजामी व्यवहाराला धक्के बसले. समाजसुधारक व राजकारणी लोकांची दूरदृष्टी मान्य करूनही त्या दृष्टीचे पोषण हे परकीय शिक्षणव्यवस्थेतून झाले हे नाकारता येणार नाही.

स्वातंत्र्यानंतर समाजाच्या संरचनेत आणखी बदल घडले ते केवळ शिक्षण-व्यवस्थेमुळे नव्हेत तर लोकशाही व्यवस्था स्वीकारून संभवनीय असणाऱ्या सत्ता प्राप्तीच्या शक्यतेमुळे. सत्ताप्राप्तीसाठी बहुसंख्य लोकांचे साहाय्य आवश्यक होते. बहुसंख्य लोक आपल्याकडे खेचण्यासाठी जुन्या वर्णव्यवस्थेतील विभागणी वेगळ्या अर्थाने पुनरुज्जीवित झाली. परिणामतः शेतीची वंशपरंपरागत असणारी सरंजामी व्यवस्था खिळखिळी होऊन सहकारी व्यवस्थेने नवीन सरंजामशहा निर्माण झाले. शहरे आणि खेडी यातील लोकांचे स्थलान्तर वाढले; शिक्षणाचा प्रसार होण्याची निकड निर्माण झाली; शिक्षणाने जाती-उपजाती व्यवस्था रद्द होणे अवघड होऊन लोकशाहीतील सत्तेच्या मार्गासाठी जाती-उपजातींची अस्मिता अधिक ताठर बनली. सत्तेविना आणि लोकशाही व्यवस्था स्वीकारल्यामुळे मार्क्सचा वर्गविग्रह मार्क्सवादी पंथांनाही अशक्यप्राय झाला. थोडी समाजवादी व थोडी भांडवलशाही अशा संमिश्र अर्थव्यवस्थेमुळे कामगारवर्ग व कारखानदार, शेतमजूर व शेतमालक हे आर्थिकदृष्ट्या दोन टोकाचे वर्ग तर ब्रिटिशांनी आणलेली नोकरवर्ग व्यवस्था अनेक क्षेत्रात वाढल्याने फोफावलेला व आर्थिक दृष्ट्या बलवान नसला तरी बऱ्यापैकी सधन असणारा, प्रामुख्याने शहरात राहणारा व नोकरीसाठी दीर्घकाळ शिक्षण घेणारा मध्यमवर्ग, असे तीन प्रमुख आर्थिक वर्ग उदयास आले. जुनी वर्णव्यवस्था ही अपरिहार्यपणे या आर्थिक विभागणीला जोडलेली नसली तरी वर्णव्यवस्थेतील जाती विशिष्ट आर्थिक वर्गाशी निगडित झाल्या.

विविध शासकीय सेवातील नोकरवर्ग आणि कारखानदारीत आवश्यक असणारा, तांत्रिक शिक्षणाच्या झपाट्याने वाढणाऱ्या प्रसाराने उपलब्ध होणारा तंत्रज्ञवर्ग हाच वर्ग प्रामुख्याने साहित्याचा वाचक होता. १९४७ ते १९७० पर्यंत ही वर्गवारी स्थिरावली. मराठी कादंबरीचे वाचक या वर्गातले स्त्री-पुरुष हेच होते. त्यामुळे शहरे हीच साहित्य व इतर कला यांची केंद्रे बनली. संस्कृतीची व्याख्या केवळ साहित्य व कलेच्या प्रतिष्ठेनुसार केल्यास—तसे करणे गैर असले तरी—ती सांस्कृतिक केंद्रेही बनली. मात्र या वर्गाला शिक्षण मिळाले ते

व्यावहारिक कामाचे व तांत्रिक कौशल्याचे. त्यासाठी मर्यादित बौद्धिक कौशल्याची गरज होती. शिक्षणातून खूप मोठा बौद्धिक विकास होण्याची गरज नव्हती. त्यामुळे अव्वल बौद्धिक आणि वैचारिक क्षेत्रात फार मोठी झेप घेणारे लोक या व्यवस्थेतून निर्माण झाले नाहीत. तंत्रज्ञानातील किंवा व्यावहारिक कामातील निपुणता आणि मानसिक क्षमता यांचाही संबंध असण्याची फारशी गरज नव्हती. संकुचित मनोवृत्तीचे शहरी शिक्षित समूह यामुळेच निर्माण झाले—मग तो समूह लेखनिकचा असो, अभियंत्याचा असो, वैद्यकीय व्यावसायिकांचा असो, करसल्लागाराचा असो की विविध महामंडळातील सेवकांचा असो. 'नव्हाळीतले ना उमाळे उसासे । न ती आग अंगात आता उरे' यातून दिसणारे पृथ्वीबाबतचे भूगर्भशास्त्रीय ज्ञान, 'नेई विमाना मज त्या ठाया। जेथ माय मम वास करी' यातून प्रतीत होणारी विमान-प्रवासाबाबतची कल्पना, 'माझ्या ग भावाची उंच हवेली । वहिनी माझी नवीनवेली। भोळ्या रे सांबाची भोळी रे गिरिजा' यातील शहरी मनाने रंगविलेला आणि अस्तंगत होणाऱ्या एकत्र कुटुंबातील नातेसंबंधाबाबतचा अनुभव, 'वसंत वसंत। ऋतुराज श्रेष्ठ। म्हणत नाचलो। आजपर्यंत। आम्ही वेडे कवी। परंपरेचे अंधपूजक। संकेताचे बळी। करून घेतली वंचना स्वत:ची। जाणूनबुजून।' यातील साहित्यातील सांकेतिकतेच्या बडेजावाचे दिसणारे चित्र, 'दिवस सुगीचे सुरू जाहले। शेतकरी मन प्रसन्न झाले। छन खळखळ छन्। ढुम् ढुम् पट ढुम्। लेझिम चाले जोशात।' यातले शेतकऱ्याच्या आनंद व्यक्त करण्याच्या पद्धतीचे शहरी शिक्षित मनाने लहान मुलांसाठी घडविलेले दर्शन, 'स्मरोनि आत्मकर्तव्या प्रयत्नांची करी रास । स्वये चोखाळितो वाटा । तयाचा देवही दास' यातील ना आध्यात्मिक ना ऐहिक पाठबळ असणारा शाब्दिक सद्‌विचार, 'लेखणी बंदूक घ्यारे तागडी वा नांगर । हिंदवी व्हा चाकर । एक रक्ताचेच आहो साक्ष देई आतडे । भ्रांत तुम्हा का पडे' यातला राष्ट्रीयत्वाबाबतचा भोळा आशावाद अशा कितीतरी गोष्टी, या काळच्या साहित्यातून दिसणाऱ्या बौद्धिक सीमितता व मानसिक संकुचितता, यांची उदाहरणे म्हणून देता येतील. मराठी कादंबरीची वैचारिक झेप अशा वातावरणात फार मोठी असणे शक्यच नव्हते. कौटुंबिक कहाण्या आणि शाब्दिक विनोद विकणारे लेखक या काळात प्रतिष्ठा पावले हे नवल नाही.

१९७० नंतर या वातावरणात बदल होऊ लागला. लोकशाहीतील हुकूमशाही वृत्ती लोकांच्या प्रत्ययास आली. लोकशाहीचा वैचारिक अधिष्ठानावर स्वीकार न करणाऱ्या अनेक समाजधुरीणांना त्यात आनंदही वाटला. प्रस्थापित

संस्कृतीला धक्का देणारे १९३५ ते १९५५ या वीस वर्षांच्या काळातील एकमेव विचारवंत म्हणजे डॉ. आंबेडकर. आंबेडकरांचा राजकीय विचार हा ब्रिटिश विचारवंतांपासून पूर्णपणे अलिप्त होता असे नाही. पण हिंदू समाजातील दलित वर्गाच्या उन्नतीसाठी लोकशाही व्यवस्था कशी राबवता येईल याचा विचार करताना त्यांनी दाखविलेल्या हिंदू समाजातील त्रुटी या डॉ. आंबेडकरांची भक्कम बौद्धिक क्षमता दाखवितात. आंबेडकरी विचारातूनच दलितांनी लोकशाही व्यवस्थेत दाखविलेली सजगता निर्माण झाली. साहित्याद्वारे लिखित माध्यमाचा वापर सामाजिक बदलासाठी करण्याच्या प्रयत्नातून दलित साहित्य निर्माण होऊ लागले. दलितांप्रमाणेच तथाकथित मागासवर्गानीही प्रस्थापितांची संस्कृती नाकारण्यास सुरुवात केली—पण ती शिक्षणामुळे. १९६० मध्ये प्रति-संस्कृतीचा प्रवाह अमेरिकन समाजात निर्माण झाला होता. मध्यमवर्गाच्या सुखासीनतेबाबतची आणि भंपकपणाबाबतची समाजातील अस्वस्थता या प्रति-संस्कृतीतून व्यक्त होऊ लागली होती. जॅक कॅरोक, बीटस्, जेम्स डीन, मर्लोन बॅन्डो यांना मिळणारी प्रसिद्धी अमेरिकन संस्कृतीचा मुख्य प्रवाह हा कुंठित झाला असल्याची खूण होती. याची अगदी पहिली खूण म्हणजे जे. डी. सॅलिंजर यांच्या 'द कॅचर इन द राय' या १९५१ मधल्या कादंबरीची लोकप्रियता. नेमाड्यांच्या 'कोसला' कादंबरीवर तिचा प्रवाह दिसतो असे 'कोसला' वरच्या काही समीक्षकांचा दावा पूर्णपणे फेटाळता येणे अवघड आहे. संस्कृतीच्या मुख्य प्रवाहाला आव्हान देणे, तिचा उपहास करणे, तिच्यातील उणीवांवर, भंपकपणावर नेमकेपणाने व बरेचदा उपरोधाने बोट ठेवणे ही नेमाड्यांची वृत्ती 'कोसला' पासून 'हिंदू' पर्यंत दिसते. कॅरोकच्या 'ऑन दि रोड' मधला नायक, पीट सीजर हा लोकप्रिय गायक आणि हिप्पी यांना ग्रामीण अमेरिकेत मूळ संस्कृतीची मुळे आणि तिचा अस्सलपणा दिसला; शहरी अमेरिकन संस्कृती ही बांडगुळासारखी तिचे शोषण करते असा त्यांचा आरोप होता. गंमत अशी की या प्रति-संस्कृती शोधण्याच्या कामात श्वेतवर्णीय तरुणच पुढे आले; नेमाड्यांच्या 'कोसला' चे कौतुक शहरी मध्यमवर्गीय तरुण पिढीनेच केले. अमेरिकन तरुणांचा हा एक प्रकारचा स्वच्छंदतावाद (रोमॅन्टिसिझम) होता. स्वच्छंदतावाद आणि सामाजिक न्याय अनेकदा अविभाज्य असतात असे या अमेरिकन प्रति-संस्कृती चळवळीतून दिसते. कृष्णवर्णीय अमेरिकनांनी या श्वेतवर्णीय नव्या डाव्या विचारसरणीला लवकरच सोडचिठ्ठी दिली याचे कारण श्वेतवर्णीय तरुणांची आपल्याबाबतची स्वच्छंदतावादी दृष्टी ही एक प्रकारची छुपी दडपशाहीच असल्याचे त्यांना वाटले. सवर्णांच्या दलितोद्धाराच्या

प्रयत्नांकडे दलित साशंकतेने पाहतात तेही याच प्रकारे. १९७० च्या आसपासची मुख्य प्रवाहाला नाकारणारी दलितेतर लेखकांची कादंबरी आणि १९६० मधली मुख्य संस्कृतीला नाकारणारी इंग्रजी कादंबरी यांच्यामागची भूमिका समांतर होती हे स्पष्ट दिसते. फरक इतकाच की महाराष्ट्रातील सामाजिक संरचनेतला विचार आणि कृती यांच्याद्वारे धक्का देण्याचे काम फारसे झाले नाही. साहित्यापुरतेच हे सारखेपण मर्यादित राहिले. १९७० नंतर मराठेतर बहुसंख्य मागासवर्गीय समाज लोकशाहीव्यवस्थेत संख्येच्या जोरावर सत्ता मागू शकतो याची चिन्हे दिसू लागली. पण हे संघटन ऐतिहासिक रोमॅन्टिसिझमवर आधारित होते; त्यात नकार नव्हता, पुनरुज्जीवन होते. त्यामुळे मराठी कादंबरीचा मुख्य प्रवाह आहे तसाच चालू राहिला. ना. ह. आपटे ते व. पु. काळे हा कथालेखन प्रवाह आणि फडके-माडखोलकर ते पेंडसे- दळवी हा कादंबरीलेखन प्रवाह यात सातत्य आहे. सासण्यांचे कादंबरीलेखन या मुख्य प्रवाहाला धरून आहे.

१९८० नंतर मराठी समाजाच्या संरचनेत मुक्त अर्थव्यवस्था आणि जागतिकीकरण यांच्या रेट्याने काही बदल झाले. १९७० पासून सुरू झालेल्या शिक्षण प्रसाराची फळेही १९८० पासून दिसू लागली. गोऱ्या माणसांबाबतची परकीय, सत्ताधारी, स्वधर्मास घातक वगैरे असल्याची भावना या नव्या पिढीला असणे शक्य नव्हते. इंग्रजीबाबत राग न धरता उलट प्रेम वाढले. मातृभाषेबाबत भावनिक दृष्टिकोन बदलून बौद्धिक डोळसपणा आला. मूळ गावापासून पोटापाण्यासाठी दूर शहरात जाणाऱ्या पूर्वीच्या शिक्षित पिढीच्या नातवापणतवांना दूर जाणे म्हणजे पोटापाण्यासाठी परदेशी जाणे असे वाटू लागले. स्थलांतराने खेड्यातील समूह-संस्कृती विस्कटली; आता शहरातील मध्यमवर्गीय स्थिरता संपुष्टात येऊ लागली. शिक्षणाने जागृती येऊन लोकशाहीव्यवस्थेतील स्वातंत्र्यामुळे, जातपातीच्या, गटागटांच्या परस्पर विरोधी अस्मितांमुळे धनदांडग्या राजकीय नेतृत्वाला हादरे बसू लागले. १९६० नंतर अमेरिकेत स्त्रीवादाच्या प्रभावाने पुरुषांपेक्षा स्त्रियांना नोकऱ्यात प्राधान्य मिळू लागले. परिणामत: स्त्रियांशी स्पर्धा करण्याऐवजी पुरुषवर्ग विविध क्षेत्रातून माघार घेऊ लागला. साहित्य व मानव्यशाखा या क्षेत्रात पुरुष विद्यार्थी झपाट्याने कमी झाले. अमेरिकन कथा कादंबरी १९८० नंतर जिवंत राहिली पण तिचे माहात्म्य घटले. संगणक, माहिती तंत्रज्ञान, लघु उद्योग व त्यांना पूरक अशी साधारण क्षमतेवर चालणारी उपक्षेत्रे याकडे तरुणांचा लोंढा वळू लागला. मराठी कथा-कादंबरीची झेप व तिचा प्रभाव १९८० नंतर वाढला नाही. जुन्या चाकोरीचे विविध गट—ज्यांची चलती १९६० ते ८० च्या

दरम्यान होती व ज्यांच्यामध्ये सांस्कृतिक श्रेष्ठत्वाची नसली तरी वेगळेपणातील गौरवाची भावना दृढ होती—१९८० नंतर अस्तंगत होऊ लागले. या गटातल्या अखेरच्या शिलेदारांची साहित्यनिर्मिती ही पूर्वीच्या त्या त्या गटांचे झेंडे अजूनही मिरविते पण त्या झेंड्याखाली नवे अनुयायी येत नाहीत हेही स्पष्ट करते. सासण्यांच्या कादंबऱ्या याही १९६० ते १९८० मध्ये आघाडीवर असणाऱ्या एका गटाची लेखन-रीती व संवेदन-क्षमता दाखवितात पण ही रीती व ही संवेदन-क्षमता आता ऱ्हासमान होते आहे.

बौद्धिक क्षमता ही अद्यापही तंत्रज्ञान किंवा व्यावहारिक नैपुण्यात गुंतलेली दिसते. साहित्याकडे बौद्धिक क्षमतेचे तरुण फारसे फिरकत नाहीत. साहित्य हे सर्वसामान्यांसाठी असते हे जरी खरे असले तरी अभिजात साहित्य निर्माण होण्यास व ते समजण्यास बौद्धिक क्षमता लागते हेही खरेच. ज्याला 'पॉप्युलर लिटरेचर' असे म्हणतात, ते अगदी साधारण बुद्धीच्या वाचकालाही समजते व त्याची पैदास सदासर्वकाळ होत असते. पण चांगले साहित्य, चांगली कथा कादंबरी यांना समाजातील बौद्धिक क्षमतेच्या माणसांचा—लेखक व वाचक या स्वरूपात—भक्कम आधार अपेक्षित असतो. उच्च साहित्य हे नेहमीच विशिष्ट तत्त्वज्ञानाच्या मुशीतून तयार होते. ही मूसच तयार करण्याची साहित्यिकाची— विशेषत: कादंबरीकाराची क्षमता नसेल तर बाकी इतर कुठल्याही गोष्टींनी किंवा मार्गांनी साहित्य श्रेष्ठ ठरत नाही. मराठी कथा-कादंबरीचा कालानुक्रम व त्या त्या काळातील समाज संरचनेचा विचार केला तर फार ताकदीची साहित्यकृती— विशेषत: कादंबरी—मराठीत का निर्माण झाली नाही याचे एक उत्तर मिळते. मराठी कादंबरीच्या या परंपरेत मग सासण्यांच्या कादंबरी-लेखनाचा आवाका व त्याची प्रत समजून घेणे सोपे जाते.

लोकप्रियता आणि गुणवत्ता यांचा समसमा संयोग अभिजात कलाकृतीत असतो. रामायण, महाभारत ही महाकाव्ये, शेक्सपिअरची नाटके, कालिदासाचे साहित्य अशी अपवादात्मक उदाहरणे याची साक्ष देतात. मात्र सर्वसाधारणपणे या दोहोत फारकत दिसते. समीक्षक हे गुणवत्ता हेरतात असे गृहीत धरले (हे गृहीत चुकीचेही असू शकते.) तर समीक्षकांनी नावाजलेली साहित्यकृती व लोकप्रिय साहित्यकृती यात गुणवत्ता व सर्वमान्यता यात व्यस्त प्रमाणच दिसते. बाबा कदम, सुहास शिरवळकर ह्यांच्या कादंबऱ्या लोकप्रिय आहेत, संदीप खरे यांच्या कविता लोकप्रिय आहेत. समीक्षक त्याकडे पाहातही नाहीत. उलट

समीक्षकांना आवडणाऱ्या श्याम मनोहर, विलास सारंग, भालचंद्र नेमाडे यांच्या साहित्यकृती लोकप्रिय नाहीत. चित्रपट या कलाकृतीत तर लोकप्रियता व तज्ज्ञप्रशस्ती यातील तफावत जागतिक स्तरावरही फार जाणवते. गेल्या दहा वर्षांतील अमेरिकन हॉलिवुडच्या ऑस्कर नॉमिनेटेड व ऑस्कर विजेते यांचा विचार केला तर हे स्पष्ट दिसते. 'क्रॅश' या चित्रपट समीक्षकांनी सामान्य ठरविलेल्या चित्रपटाला ऑस्कर मिळाले. 'अवतार' या साठ कोटी डॉलर एवढा बॉक्स ऑफिसला पैसा खेचणाऱ्या चित्रपटाला नॉमिनेशन मिळाले पण ऑस्कर नाही. 'द लॉर्ड ऑफ द रिंग्ज' ने तीस कोटी डॉलर्स एवढा धंदा केला व ऑस्करही पटकाविले. 'टॉय स्टोरी' हा यंदाचा चाळीस कोटी डॉलर्सचा धंदा करणारा चित्रपट ऑस्कर मिळवू शकला नाही. उलट यंदाचा ऑस्कर विजेता 'द किंग्ज स्पीच' चित्रपटाचे चित्रपट समीक्षकांचे रेटिंग ८० टक्क्यांपेक्षा जास्त होते तर त्याला पाच कोटी डॉलर्सचाही धंदा करता आला नाही. 'द सोशल नेटवर्क' हा चित्रपट समीक्षकांचा २०११ मधील सर्वाधिक पसंतीचा चित्रपट. त्याचा बॉक्स ऑफिसचा धंदा जेमतेम दहा कोटीचा त्याला ऑस्कर मिळाले नाही. तीच गोष्ट थोड्या फार फरकाने 'विंटर्स बोन' या चित्रपटाची. 'मिल्क' या चित्रपटाचा विषय समलिंगी आकर्षण असणाऱ्या अमेरिकन पुरुषांची सामाजिक परवड हा होता. त्याला २००९ मध्ये ऑस्कर मिळाले. त्याचा धंदा बेताचा व समीक्षकांची पसंती 'बरी' या सदरात मोडणारी. उलट गुणवत्तेत त्यापेक्षा कितीतरी सरस असणाऱ्या याच विषयावरच्या ऑस्कर नॉमिनेशन असणाऱ्या 'द ब्रोकबॅक माऊन्टन'या चित्रपटाला २००७ चे ऑस्कर मिळाले नाही. 'द रीडर' या चित्रपटाचे रेटिंग व धंदा दोन्ही तळाचे पण त्याला २०११ चे नॉमिनेशन होते. गेल्या पंचवीस वर्षांतील मराठी कथा-कादंबरी यांची गुणवत्ता व लोकप्रियता यांचा आलेख मांडणे उद्बोधक होईल. साहित्य अकादमी किंवा महाराष्ट्र राज्य पुरस्कार गुणवत्तेसाठी यासाठी विचारात घ्यायचे की त्यांचे समीक्षण अद्यापही खूप खालावलेले नाही, इतर गुणवत्ता पुरस्कारांची याबाबत खात्री देता येत नाही.

साहित्य, साहित्याची गुणवत्ता, साहित्याची लोकप्रियता आणि साहित्यव्यवहारात गुंतलेल्या व्यक्तींचे एकंदर प्रमाण या गोष्टीत परस्पर संबंध निश्चित आहेत. मात्र ते केवळ विरोधाचे किंवा पूरकतेचे नाहीत. समाजाच्या सांस्कृतिक पटावरील इतर अनेक सोंगट्यांशी ते निगडित असल्याने त्यांच्याबाबत सोपी, भडक अनुमाने काढणे फारसे फायद्याचे नाही. काही उदाहरणे घेऊ. भिन्न अभिरुची असणाऱ्या लोकांना एकाचवेळी आवडू शकणारा साहित्यप्रकार म्हणजे

नाटक असे एक संस्कृत वचन आहे. कालीदासाची नाटके ही याचे उदाहरण म्हणून दाखविली जातात. युरोप-अमेरिकेत—किंबहुना जगभरात— शेक्सपिअरची नाटके ही भिन्न रुचीच्या लोकांना आवडतात. चांगल्या अर्थाने ती लोकप्रिय आहेत. कालीदास आणि शेक्सपिअर यांच्या साहित्यिक माहात्मतेबद्दल काही अपवाद सोडले तर समीक्षकात एकमत आहे. युरोप-अमेरिकेत सर्वाधिक खपाच्या पुस्तकात बायबल, शेक्सपिअरची नाटके व अगाथा ख्रिस्तीच्या रहस्य कथा-कादंबऱ्या यांचा क्रमांक वरचा आहे. पैकी बायबलच्या खपाचे कारण साहित्येतर— म्हणजे उदाहरणार्थ 'धर्म'—असू शकते. शेक्सपिअरच्या नाटकांना अभिजात वाङ्मयात समाविष्ट करतात. पण तरीही त्यांचा खप वरच्या क्रमांकाचा आहे. अगाथा ख्रिस्तीच्या रहस्य कथा-कादंबऱ्या त्या केवळ रहस्यकथा असल्यामुळे प्रतिष्ठित समीक्षेत विचारात घेतल्या जात नाहीत. त्यांना 'लोकप्रिय' साहित्य या अधिक्षेपदर्शक वर्गात बसविले जाते. गिनीज बुक ऑफ वर्ल्ड रेकॉर्डमध्ये अगाथा ख्रिस्ती यांच्या रहस्य कथा-कादंबऱ्यांचा खप दोनशे कोटी इतका असल्याची नोंद आहे. बायबल, शेक्सपिअर व अगाथा ख्रिस्ती यांच्या आसपासही इतर कोणी फिरकू शकत नाही. शेक्सपिअरच्या नाटकांकडेही समकालीन समीक्षक व त्यानंतरच्या दीड दोन शतकातले शिष्ट समीक्षक तुच्छतेनेच पाहत होते. साहित्याचे प्रस्थापित निकष आणि मोठा जनाधार असणारे साहित्य यांच्यात जर विरोध असेल तर साहित्याच्या निकषांचा पुनर्विचार व्हायला हवा. मराठीत साने गुरुजींच्या 'श्यामची आई' या लेखनात कादंबरी, चरित्र व आत्मकथन अशा तीनही आकृतिबंधांचे विशेष आहेत. पण 'श्यामच्या आई' चा विचार ना कादंबरी म्हणून होतो, ना आत्मकथन म्हणून किंवा ना चरित्र म्हणून होतो. मात्र तिचा खप अद्यापही टिकून आहे. मराठी समीक्षेला हे एक आव्हान आहे.

साहित्यातील प्रस्थापितांचा वर्ग हा नेहमीच आपण सर्वांचेच प्रतिनिधित्व करतो अशा भ्रमात असतो. दुसरे उदाहरण या प्रकारचे आहे. साहित्यिकांच्या भेटीगाठी, त्यांच्यातील परस्परात होणाऱ्या चर्चा, वादविवाद, त्यांनी साहित्याचा एकत्रितपणे केलेला विचार, या गोष्टी साहित्याला पूरक ठरू शकतात. पिटस्बर्गचे साहित्य-मंडळ, पॅरिसचे साहित्य-मंडळ, ब्रिटनचा साहित्यिकांचा 'कॉफी' क्लब अशी काही उदाहरणे यासाठी देता येतील. मराठी साहित्यातही सुरुवातीच्या काळात रविकिरण मंडळ होते. याच काळात साहित्य परिषदेसारख्या संस्था उभारल्या गेल्या. साहित्याला पूरक असे वातावरण निर्माण करण्याचा, साहित्यिकात परस्पर संवाद घडविण्याचा तो एक चांगला मार्ग होता. पुढे हे मूळचे हेतू बाजूस

पडले व संस्थेचे संस्थान बनले. साठ लाख लोकवस्तीच्या पुण्यामध्ये सुमारे अडीच हजार सभासद असणारी संस्था—अर्ध्या टक्क्यापेक्षाही कमी प्रातिनिधिकता असणारी संस्था—कुणाचे प्रतिनिधित्व करते? साहित्याला पूरक असे वातावरण निर्माण करण्यात यात किती 'साहित्यिकांचा' सहभाग असतो? 'संस्था' करण्याच्या व्यावहारिक फायद्यांकडे लक्ष दिल्यामुळे साहित्याला अपेक्षित अशा काव्यशास्त्र-व्यापारातील फायदे विसरले जातात.

सासण्यांच्या कादंबऱ्या 'लोकप्रिय' या वर्गात कोणत्याही अर्थाने बसत नाहीत. सासणे हे 'संस्थात्मक व्यवहारात'ही गुंतलेले दिसत नाहीत. केवळ साहित्यिक गुणवत्तेकडे लक्ष देण्याचा यामागे कदाचित उद्देश असेल. तसे असेल तर त्यांच्या लेखनाबाबत उमेद बाळगायला हरकत नाही. तयारी केली आणि पुनर्लेखनाचा प्रत्ययास घेतला तर त्यांचा कादंबरी-लेखनाचा प्रयास आश्वासक होऊ शकतो.

- ०-०-०-

www.ingramcontent.com/pod-product-compliance
Lightning Source LLC
Chambersburg PA
CBHW030525260626
47157CB00005B/1884
* 9 7 8 8 1 7 2 9 4 9 3 5 8 *